நற்திரு நாடே

கார்த்திக் புகழேந்தி

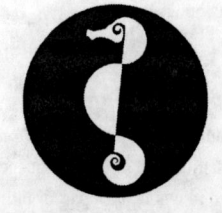

யாவரும் பப்ளிஷர்ஸ்

The views and opinions expressed in this book are the author's own. The facts contained herein were reported to be true as on the date of publication by the author to the publishers of the book, and the publishers are not in any way liable for their accuracy or veracity.

நற்திரு நாடே* கட்டுரைகள் * ©கார்த்திக் புகழேந்தி * முதல் பதிப்பு : அக்டோபர்-2020
NARTHIRU NAADE * ESSAYS* ©KARTHICK PUGAZHENDHI*
1st EDITION : OCTOBER 2020

Pages : 148 * Price : 175/-
Wrapper Cover : Gopu Rasuvel
Inner design: Karthick Pugazhendhi

Released by :
Yaavarum Publishers
214, Bhuvaneshwari Nagar IIIrd Main Road Velachery,
Chennai-600 042
90424 61472 / 98416 43380
editor@yaavarum.com
Url : www.yaavarum.com; www.be4books.com

ISBN : 9789388133722

All rights, including professional, amateur, motion pictures, recitation, public reading, broadcasting and the rights of translation into foreign languages are strictly reserved. No part of this book may be reproduced in whole or in part or utilized in any form or by any means electronic or mechanical, including photocopying, recording or by any information storage and retrieval system now known or hereafter invented, without the prior written permission of the author/publisher.

உள்ளே

1. தீயின் விளைவாக... -017
2. சங்குத்தவம் -027
3. மடவார் அல்குல் -044
4. இசைபட வாழ்வு -060
5. துரோகத்தின் கல்வெட்டு -082
6. கதைப்பாடலின் கதை -091
7. கலம்செய் கோவே -103
8. கொங்குதேர் வாழ்க்கை -114
9. கள், நறவு, தேறல் -126
10. நோய்முதல் நாடி -133

கார்த்தி புகழே தி (1989)

திருநெல்வேலி மாவட்டம் பாளையங்கோட்டையைச் சேர்ந்தவர். வற்றாநதி (2014) ஆரஞ்சு முட்டாய் (2015), அவளும் நானும் அலையும் கடலும் (2017) ஆகிய மூன்று சிறுகதைத் தொகுப்புகளும், ஊருக்குச் செல்லும்வழி (2016), அங்காளம் (2018) ஆகிய இரண்டு கட்டுரைத் தொகுப்புகளும் இதுவரை வெளியாகியுள்ளன. 2018ம் ஆண்டில், சாகித்ய அகதமி ஒருங்கிணைக்க, மணிப்பூர் மாநிலம் இம்பாலில் நடைபெற்ற, இந்திய இளம் எழுத்தாளர்களுக்கான கருத்தரங்கில், தமிழகத்தின் சார்பில் கலந்துகொண்டவர் இவர் என்பது குறிப்பிடத்தக்கது. ஊடகவியலாளராகப் பணிபுரிந்து வரும் கார்த்திக் புகழேந்தி, செங்கல்பட்டு மாவட்டம், மறைமலைநகரில் மனைவி சுபா, மகன் அகரமுதல்வன் ஆகியோருடன் வசித்து வருகிறார்.

e-mail : writerpugal@gmail.com
Phone : +91 9841300250

நீண்டு விரியும் நிலத்தில்

2017ம் ஆண்டில் எழுதத் தொடங்கி, யாவரும் இணையத்தில் வெளியானதும், வெளியாகாததுமான மொத்தமுள்ள எனது பத்து கட்டுரைகள் இந்த நூலில் இடம்பெற்றுள்ளன. இவற்றிற்கு, இடப்பட்டுள்ள ‘நற்திருநாடே’ என்னும் இந்தத் தலைப்பு தமிழ்த்தாய் வாழ்த்திலிருந்து எடுத்துக் கொள்ளப்பட்டுள்ளது.

கட்டுரைகளின் தன்மை, அவற்றை எழுதியதன் கூர்நோக்கு குறித்தெல்லாம் குறிப்பிட்டுச் சொல்லும் அளவுக்கு வேல்முருகன் இளங்கோ அணிந்துரை வழங்கியிருக்கிறார். அதையும் தாண்டி நான் சொல்வதற்கு ஒன்றும் இல்லை என்று நினைக்கிறேன். அணிந்துரை வழங்கிய வேல்முருகன் இளங்கோவுக்கு நன்றி.

இந்தக் கட்டுரைகளை நான் தொடர்ந்து எழுதப் பலவிதங்களில் காரணமாக அமைந்து, என்னைத் துரத்திக் கொண்டே இருந்ததில் எழுத்தாளர் மற்றும் பதிப்பாளர் ஜீவகரிகாலன் அவர்களுக்குக் கணிசமான பங்குண்டு. அவரது பிரத்தியேக அன்புக்கு எப்போதும் நன்றி.

எழுத்தில் எனக்கு முன்னோடியாக நான் கருதிக் கொள்வது கி.ராவையும், ஜோ டி'குருஸ் அவர்களையும். ஜோ சார், இந்தக் கட்டுரைகள் வெளியான நாட்களில் முழுக்கப் படித்துவிட்டு, பல்கலைக் கழக பேராசிரியர்கள் பலருக்கும் அனுப்பி வைத்து அறிமுகப்படுத்தினார். அவருக்கு என் நன்றி.

இக்கட்டுரைகளில் இடம்பெறும் பல தரவுகளை எனக்குச் சொன்னவர், கண்டவர், கேட்டவர், பார்த்தவர், கதைசொல்லிகள் என்று பல முகங்கள் இப்போது ஞாபகத் திரையில் வந்துபோகின்றன. அவர்களில் பலர் கள ஆய்வுகளுக்குச் சென்றபோதும், நூலகங்கள், அருங்காட்சியகங்கள், தொல்லியல் துறைப் பிரிவுகள், தொழில் உற்பத்திக் கூடங்கள் என்று இந்தியா இலங்கை, பிரான்ஸ், ரீயூனியன் தீவுகள் எனப் பல பகுதிகளிலிருந்தும் அவரவர் துறை சார்ந்து தகவல்கள் வழங்கியும், நேரில் உபசரித்தும், பொருளுதவி செய்தும், புத்தகங்கள் அன்பளித்தும் ஆதரித்தனர்.

அவர்களில், பேராசிரியர். அ.பத்மாவதி ஆனையப்பன், நாடாளுமன்ற உறுப்பினர் தமிழச்சி தங்கபாண்டியன், திமுக செய்தித் தொடர்பாளர் கே.எஸ்.இராதாகிருஷ்ணன், அருணகிரி (மதிமுக), ஆறுமுகசாமி (அதிமுக), எழுத்தாளர் சேலம் தமிழ்நாடன், அண்ணன். பாக்கியராஜ் சிவலிங்கம், மாடக்குளம் பிரபாகரன், வல்லபாய்

அருணாச்சலம், இயக்குநர். ஆடம்தாசன், இயக்குநர் தாமிரா, ‘மலைச்சொல்’ பாலநந்தகுமார், மதுரை அருணாசலம், டிஸ்கவரி. வேடியப்பன், NCBH தனசேகர், நாட்டார்பட்டி செந்தில்குமார், அப்துல்வாஹப் ஷேர்கான், எழுத்தாளர் ஆத்மார்த்தி, ரெங்கா கருவாயன், ‘செவிலியர்’ மணிகண்டன், பரிசல் சிவ.செந்தில்நாதன், ஷாஜஹான் (டெல்லி), சிந்துபைரவி கோவிந்தசாமி ஆகியோர் காலத்தால் செய்த உதவிகள் மறக்க இயலாதவை.

சாகித்ய அகதமி நிறுவனத் தலைவர் சந்திரசேகர் கம்பர், பல சமயங்களில் நல்ல அறிவுரைகளை வழங்கிவரும் சாகித்ய அகதமி பொதுக்குழு உறுப்பினர் காஷ்மீர் யூனியனைச் சேர்ந்த அஸிஸ் ஹஜினி, அதன் ஒருங்கிணைப்பாளர் கிஷோர்குமார் திரிபாதி கவிஞர். சிற்பி பாலசுப்பிரமணியம், மற்றும் இந்தியாவின் வெவ்வேறு பிரதேசங்களிலிருந்து எழுத்து சார்ந்த கலந்துரையாடல்களில் தொடர்ந்து என்னை ஒருங்கிணைந்து ஈடுபடச் செய்யும் கவிஞர் கவுசிகி தாஸ் குப்தா (வங்காளம்), மகேஷ் தத்ராய லோன்தே (மராத்தி), கமல் கிஷோர் பிப்லாவா (ராஜஸ்தானி), அசர் இக்பால் (உருது), மம்தா பர்வானி (சிந்தி), ராஜேந்தர் ரஞ்சா (டோக்ரி), தாஹிர் அகமத் பகத் (கஷ்மீரி), ப்ர்தீம் பருவா (அஸாமி), ககன் தீப்சிங் சந்து (பஞ்சாபி), ஷைனி சவுகத்தலி, அமல் (மலையாளம்), பிபாஷா போரா (அஸாமி), சம்ரங்கி பந்தோபாத்யாய் (வங்காளம்), அப்பண்ணா (கன்னடம்), டாங்க்ப்ரம் அமர்ஜித் சிங் (மணிப்புரி), நவ்நத் கோரே (மராத்தி), பாலசுதாகர் மௌலி (தெலுகு) ஆகியோரின் நட்பு இந்திய இலக்கியத் தடத்தின் மீதான பரந்த பார்வை எனக்கு அறிமுகமாகக் காரணமானது. அவர்களுக்கு என் நன்றி.

அதேபோல எழுத்தாளர்கள் வண்ணதாசன், கிருஷி, இமயம் அண்ணாமலை, இரா.முருகவேள், கண்மணி குணசேகரன், தமிழ்மகன், பேரா.அ.ராமசாமி, சரவணன் சந்திரன், இளங்கோ கல்லானை, நந்தன் ஸ்ரீதரன், குருநாதர் ரமேஷ் வைத்யா, கனவுப்பிரியன், இராயகிரி சங்கர், சுனில் கிருஷ்ணன், இளங்கோவன் முத்தையா, கி.எல்லாளன், சுரேஷ் காத்தான், நாறும்பூநாதன், புலியூர் முருகேசன், புதுஎழுத்து மனோன்மணி, தோழர்.கமலாலயன், கடங்கநேரியான், கவிதைக்காரன் இளங்கோ, யாவரும் கண்ணதாசன், ரமேஷ் ரக்சன், வாசு முருகவேல், ‘குறி’ மணிகண்டன், எழுத்தாளர் அரசன், ஸ்ருதி டிவி கபிலன், தாய்த்தமிழ் பள்ளி கு.ஞ.தங்கராசு, தேவன்புதூர் அன்புச் செல்வன், குமரேசன் PSA, முரளி CSM, கணபதி, விக்னேஷ் பவித்ரன் ஆகியோர் பல தருணங்களில் தனிப்பட்ட முறையிலும், எழுத்து சார்ந்தும் எனக்கு ஊக்கம் தந்தவர்கள், தருபவர்கள்.

இந்நூலில் உள்ள கட்டுரைகள் சில அவை எழுதப்படும் காலத்திற்கு முன்பாக, பல்வேறு கல்வி நிலையங்களில் வெவ்வேறு தலைப்புகளில்

நடைபெற்ற கலந்துரையாடல்களின் மூலம் ஆய்வு மாணவர்கள் முன்வைக்கப்பட்டு அவர்களது கருத்துக்களும் பெறப்பட்டவை. அந்த வகையில் இந்த நல்வாய்ப்பு கிடைக்கக் காரணமாக அமைந்த பெரியார் பல்கலைக்கழக நூலகர் கல்யாணி கே.எஸ்., பாபநாசம் திருவள்ளுவர் கல்லூரி நூலகர் பாலச்சந்திரன், திருப்பத்தூர் தூய இருதயக் கல்லூரி விரிவுரையாளர் பரிமளா தேவி, வேளச்சேரி குருநானக் கல்லூரி நூலகர்கள் செந்தில்குமார், ஸ்ரீபதி, திண்டுக்கல் GTN கல்லூரி நூலகர் எஸ்.அரவிந்த், படுர் இந்துஸ்தான் பல்கலைக்கழக வேந்தர் திருமதி. எலிசபத் வர்கீஸ், நூலகர் எம்.வீராசாமி ஆகியோரை இந்நேரம் நன்றியோடு நினைவு கூர்கிறேன்.

மேலும், தேவைப்பட்ட நூல்களை வாசிக்கவும், மிகுதியாக எடுத்துக்கொள்ளும் கால அவகாசத்தைக் கருத்தில் கொண்டு பலநேரங்களில் எனக்கு நல்லுதவிகள் புரிந்து, அவசியப்பட்ட நூல்களையும், அதன் தொடர்புடைய நூல்களையும் பரிந்துரைத்து உதவி வரும் சென்னைப் பல்கலைக்கழகம் சிங்காரவேலன், அண்ணா பல்கலைக்கழகம் மக்கள் தொடர்பு அதிகாரி குமார், பிரஞ்சு பல்கலைக்கழகம் பூபதி, பாளையங்கோட்டை மாவட்ட மைய நூலகர் முத்துக்கிருஷ்ணன், நூலகர் ரா.முத்துலட்சுமி, கன்னிமாரா பொது நூலகத்தின் நூலகர் பூ.மீனாட்சி சுந்தரம், அண்ணா நூற்றாண்டு நூலக நூலகர் செ.காமாட்சி, உவேசா நூலகத்தின் நூலகர் உத்திராடம், உலகத் தமிழாராய்ச்சி நிறுவன நூலகர் இரா. பெருமாள்சாமி, ரோஜா முத்தையா நூலகப் பொறுப்பாளர் சுந்தர், கொல்கத்தா தேசிய நூலகத்தின் நூலக அலுவலர் பார்த்தசாரதி தாஸ், யாழ்ப்பாணம் பொது நூலகத்தின் மூத்த துணை நூலகர் கல்பனா சந்திரசேகர் ஆகியோருக்கு ஆகியோருக்கு வணக்கமும் நன்றியும்.

அதேபோல தொல்லியல் துறை சார்ந்த பட்டறிவுக்கும், கல்வெட்டுகள், அகழாய்வுக்குழிகள், ஆகியவை பற்றிய விபரங்கள் சேகரிக்கவும், நேரே சென்று களப்பயிற்சியில் ஈடுபடவும் காரணமான எழும்பூர் தமிழ் வளர்ச்சி இயக்ககம் அதன் துணை இயக்குநர் ம.சி.தியாகராசன் அவர்களுக்கும் பெரும் கடமைப்பட்டுள்ளேன்.

இவ்வளவு பேரின் உதவிகளையும் நன்றியோடு நினைவுகொள்ளக் காரணம், நான் எந்தக் கல்வி நிலையங்களின் ஆய்வு மாணவனோ, ஆய்வறிஞனோ அல்ல. கல்லூரி, பல்கலைக் கழகங்களுக்குள் நான் நுழைந்ததே எழுதத் துவங்கிய பின்புதான். ஆக, இன்னின்ன துறைகளின் மீது ஏற்பட்ட ஆர்வமும் ஈடுபாடுமே என்னை இவை குறித்து எழுதச் செய்தது. இவர்களின் மத்தியில் கொண்டுபோய் நிறுத்தியது. ஒருவர் கையிலிருந்து மற்றொருவர் என்று கடத்தப்பட்டுக் கொண்டே இருந்த என் அறிமுகங்களின் விளைவாக நான் எழுத்தில் அடைந்த பலன் அதிகம். அதை அவர்களுக்கு நன்றியாகவே தெரிவிக்க விரும்புகிறேன்.

தவிர, எழுதும் காலத்து வேட்கையில், வாசிப்பு வட்டங்களோடு இணைக்கும் வேலையைச் செய்து தந்த மணப்பாறை இளங்கோ மன்றத்துத் தோழர்கள், பாரதி கனகராஜ், ஜீவிதன், பொன்.வாசிநாதன், வளநாடு.சே.சுப்பிரமணியம், கண்ணதாசன், மணவை கார்னிகன், அசுரன் சங்கர், உள்ளிட்டோருக்கும், வாசகசாலை கார்த்திக் வெங்கட்ராமன், அருண் மாரிச்செல்வம் மற்றும் நண்பர்கள் ஆகியோருக்கும், நெல்லை படித்துறை வாசகர் வட்டத்தினருக்கும் என் நன்றி.

தங்களது துறை சார்ந்த அனுபவங்களைப் பகிர்ந்துகொண்ட ஓவியர். புகழேந்தி, திருமுருகன் (பொதுப்பணித்துறை), தம்பிகள் முத்துராசா குமார், ம.கா.பாரதி, தினேஷ் செல்வராஜ், நவீன் குமார், தேனி பா.வடிவேல், சேகர் சக்திவேல், பி.கு, மனோ அரசு, சௌந்தர்யன் வெங்கட், நவீன் டேனியல், தமிழ் சுப்பிரமணியம், கவி இளவல் தமிழ், ரத்தினசாமி (சுரண்டை), அக்காள் ஸ்ரீதேவி செல்வராஜன், தோழர் சிவகாமசுந்தரி சக்திவேல், நண்பர்கள், யமுனைச் செல்வன், கவிமணி, பற்குணன், கேசவராஜ் ரங்கநாதன், சுந்தர், காஸ்ட்ரோ, கணேஷ் சேகர், ரமேஷ் ரக்சன், சண்முக ராஜா, அருளினியன், கி.ச.திலீபன், குமார் சண்முகம், தங்கைகள் திவ்யா கண்ணிதாஸ், அ.க.தமிழ்ஸ்ரீ, ஆர்த்தி வெங்கட் ஆகியோருக்கும் இந்த நூலின் வழியாக என் நன்றியைத் தெரிவித்துக் கொள்கிறேன்.

இந்நூலினைப் பதிப்பித்து வெளியிடும் யாவரும் பப்ளிஷர்ஸ் ஜீவகரிகாலன், வாசித்து மெருகேற்றிய சகோதரன் அகரமுதல்வன், பிழைதிருத்தி உதவிய மனைவி சுபா தேவநாதன் மூவருக்கும் பேரன்பு.

எழுத்தோடு வாழ்ந்திருப்போம் !

05 -11 -2020   -கார்த்திக் புகழேந்தி.
மறைமலைநகர் -603209

ஆயிரம் காலத்து மண்

"கூரையினூடாகச் சொட்டும் மழைத்துளிகளால் உருவானது இந்தப் பெருங்கடல்" என்று சொல்வதற்கு இணையானது, கல்வெட்டுகளும் சுவடிகளும் செப்பேடுகளும் நமக்குப் பரந்து விரிந்த வரலாற்றை அளித்து விடுகிறது என்று கருதுவது.

இன்று நம் கண்முன்னே கொண்டிருக்கும் மானுட வரலாற்றையும் அவற்றை நல்கிய குறிப்புகளையும் அருகருகில் வைத்துப் பார்த்தால் மேற்கூறிய உதாரணமும், நம்முடைய வரலாற்றுக் குறிப்புகளின் போதாமையையும் விளங்கிக் கொள்ளமுடியும்.

டால்ஸ்டாயின் கையடங்காத புத்தகமோ! அல்லது வான்காவின் குறுகலான ஓவியமோ! அதனை ஏந்தும் மனிதனுக்குள் அவை நுழைகிற வேகத்தில், பன்மடங்கில் பெருகி தனது கலைப் பரப்பை விரித்துக் கொள்கிறது. தன்னிடம் வந்துசேர்கிற படைப்பை அல்லது ஓர் வரலாற்றுச் செய்தியை மனித மனமே வளர்த்தெடுக்கிறது. இந்த நூலில் விவரிக்கப்படும் பல தகவல்களும் அப்படித்தான், மனிதனுக்குள் ஏற்கனவே உறைந்திருக்கும் வரலாற்றின் கண்ணியை அகழ்ந்தெடுக்க உதவுகிறதோ என எண்ண வேண்டியிருக்கிறது.

உண்மைகளோடு கலந்த புனைவுகளுக்கு மட்டுமின்றி, அறிவியல் விதிகளுடன் வெகுவாக முரண்படுகிற பொய்களும் கூட வரலாற்றைத் தனக்கு உகந்த திசையில் இழுத்துச் செல்கிற ஆற்றல் கொண்டவை என்பது வரலாற்றறிதலில் உள்ள அகற்ற முடியாத சிக்கல்.

மக்களின் துயர்மிகு வாழ்க்கையில் கூட அப்பொய்கள் நேரடிப் பங்காற்றுகின்றன என்பது கண்கூடாகக் கண்டபிறகு பகுத்தறிவை முன்வைப்பவர்கள், தொன்மங்களையும் அதன் வழியாகத் தொடர்ந்து வந்த பழக்க வழக்கங்களையும் முற்றிலுமாக நிராகரிப்பது என்ற முடிவுக்கு வந்திருந்தனர்.

அவ்வகையில் அறிவியல் எனும் தெளிந்த பூதக் கண்ணாடியைக் கொண்டு தொடங்கப்பட்ட வரலாற்றுத் தேடல்கள் அதுவரை சொல்லப் பட்டிருந்த அனைத்திற்கும் சான்றுகளைக் கோரியது. மதநூல்களும், இலக்கியங்களும் முன்வைத்த அறிவியலுக்குப் புறம்பான செய்திகள் தூக்கியெறியப்பட்டன.

நாட்டார் மரபிற்குத் தனது வரலாற்றை ஆவணப்படுத்தவேண்டிய கட்டாயம் எப்போதுமே இருந்ததில்லை. வாழ்க்கையைச் சுமந்து வெறுமனே நீந்திச் செல்ல வேண்டிய பிறவிப் பெருங்கடல் தேவைகள் மாத்திரமே அதற்கிருந்ததால், நிறுவனமயப்பட்ட மதங்கள் போல அது

தன் தரப்பு ஆதாரங்களையும், நிரூபணங்களையும் வழிகாட்டிகளின் குறிப்புகளையும் சேகரித்துக் கொண்டிருக்கவில்லை. நாட்டார் மரபு, அனுபவச் சுழலிலிருந்து கிளைத்து, அறிவுக் கடத்தலில் மட்டுமே தொடர்ந்து ஈடுபட்டுவந்தது.

மறுபுறம் அறிவியல் வழிநின்ற ஆய்வுகளும், சேகரிப்புகளும் ஆண்டு வரிசையில் வரலாறெனும் மீளமுடியாப் புதிர் வலைக்குள் சிக்கிக் கொண்டன. அது கண்டளித்த வரலாறு சோர்வூட்டக் கூடியதாய் மாறி, வகுத்தளிக்கப்பட்ட எல்லைகளுக்குள் தன்னைச் சுருங்கிக் கொண்டது.

இந்தக் கலாச்சார மாற்றத்தில், காலங்காலமாக மனித மனத்தை, சூழலை, இயற்கையை ஆற்றுப்படுத்திக்கொள்ள, தங்களுக்கென பிரத்தியேக தொன்மங்களையும் நம்பிக்கைகளையும் கைக் கொண்டிருந்த மனித மனம் தன் செவ்வியல் வரலாற்றில் இருந்து துண்டிக்கப்பட்டு, நவீன வரலாற்றின் புதிய எடுகோள்களுக்குள் சிக்கிக் கொண்டன. அவர்களது தொன்மம் நாடும் விசையை மதவாதிகளும், மதத்தைக் கொண்டே அதிகார அரசியல் முறைகளைக் கட்டமைத்தவர்களும் தங்கள் வசதிக்கேற்ப பயன்படுத்திக் கொண்டார்கள்.

இந்தப் புள்ளியில் தான் நாட்டாரியல் ஒரு தவறவிடப்பட்ட, தமிழ்ச் சமூகத்தின் அவசியமான தற்காப்புக் கேடயம் என்பது பகுத்தறிவு மனங்களுக்கு மெல்ல விளங்கியது. ஆனால் நாட்டார் மரபு தற்போது, 'எது தன்னுடையது எது வேத்தியல், காலத்தால் என்னென்ன பரிமாற்றங்கள் நுழைக்கப்பட்டன, எவை எவை நம்மிடமிருந்து பறிக்கப்பட்டன' ஆகிய புதிர்களுக்கான விடை தெரியாமல் சமூக வரலாற்றின் நேரடிப் பங்களிப்புகளில் கலந்துகொள்ளாது விலகியே நின்றுகொண்டிருக்கிறது.

நல்வாய்ப்பாய் அந்தந்த மண்ணிற்குரிய சிலர், தமது பண்பாட்டுத் தொடர்ச்சியில் இரண்டறக் கலந்திருக்கும் பாடுபொருள்களை, சடங்கியல்களை, பெருத்து ஓடும் நதிகளை, கதைப்பாடல்களை, தெய்வங்களை எழுத்திலும் பதிவு செய்யத் துவங்கினார்கள். அதன் தொடர்ச்சியாகத் தங்களது பண்டைய கிராமத்து வாழ்க்கையின் நினைவேக்கங்களை, அன்றாட வாழ்வில் தாங்கள் உதிர்க்கும் சொற்களை, தாலாட்டுக்களைத் தங்களது கலையாக்கத்தின் மூலம் நிகரில்லா செருக்கோடு மீளெழுப்ப முயன்றனர்.

உலகம் முழுவதிலும் இந்தச் செயல்பாடு கிட்டத்தட்ட ஒரே காலகட்டத்தில் நிகழ்ந்தது எனலாம். நவீனத்துவக் காலகட்டத்திற்குப் பிறகு தொன்மங்கள் மீண்டும் உயிர்பெற்றன.

அவை எதிர்ப்பட்ட யாவற்றோடும் பெருத்த நம்பிக்கையோடு மோதின. அதற்குப் பிற்பாடு தோன்றிய பின்நவீனத்துவம் நாட்டாரியலுக்கு

நன்மதிப்பளித்து. பிறகு அறிவியல் வழிநின்ற ஆய்வுமுறையும் நாட்டாரியலைப் பயனுள்ள கைத்தடியாக ஏந்திக்கொண்டது.

தமிழ் எழுத்துலகில் கி.ரா., இந்த இயக்கத்தின் தந்தையாக ஏற்றுக்கொள்ளப்படுகிறார். பெரியாரைப் பின்பற்றிய தொ.பரமசிவனும் கூட நிறுவப்பட்ட சான்றுகளைத் தூர வைத்துவிட்டு தமிழ்ப் பண்பாட்டுத் தடங்களில் மூச்சிரைக்க நடைபோட்டார். மக்களின் வாழ்க்கைதான் இங்கு வரலாறு, வெளியில் தேட ஒன்றுமில்லை எனப் பிறப்பு தொடங்கி இறப்பு வரையிலான ஊர்களின் அத்தனை நிகழ்வுகளையும் கூர்ந்து கவனித்துக் குறிப்பேற்றினார்.

எழுத்தாளர் கார்த்திக் புகழேந்தி அந்த மரபிலிருந்து உருவாகி வந்தவர். ஊருக்குள் ஊடுருவி ஒரு மதில் விடாது; மனிதர் விடாது யாவற்றையும் மனதிற்குள் படம்பிடித்துச் செல்லும் பாலைத்திணை உளவாளியின் கூர் ஆற்றலைத் தரித்து, தன் தொன்ம மரபுகளின் மீது படர்ந்து கிடக்கும் பிரண்டைக் கொடிகளை அகற்ற முனைகிறார்.

கார்த்திக் புகழேந்தியின், ''நற்திரு நாடே'' கட்டுரைத் தொகுப்பினை தொடக்கம் முதல் முடிவு வரை பிரமிப்பு அகலாமல் வாசித்தேன். பத்து தனித் தலைப்புகளில் அமைந்த கட்டுரைகள் கொண்ட நூல். ஒவ்வொரு தலைப்பினூடாகவும் தான் எடுத்துக் கொள்ளும் சொல்லை, பொருளை, பழம் நம்பிக்கைகளை, கேள்விக்குட்படுத்தி, ஒற்றைப் படையான சான்றுகளோடு அதனை அணுகாமல், சங்க இலக்கியப் பாக்கள், கல்வெட்டு ஆதாரங்கள், செவி வழித் தொன்மங்கள், மதங்கள், பழம்நூல்கள், மக்கள் வாழ்வில் இன்று வரை தொடர்ந்து வரும் ஒப்பாரி, சடங்குகள், பண்டிகைகள், பழக்கவழக்கங்கள் என எண்திசையும் சுழன்று நோக்குவதுபோல் ஆய்ந்து ஓர் ஒட்டுமொத்த வரலாற்றுப் பார்வையை நமக்கு அளிக்கிறார்.

உதாரணமாக, இந்த நூலின் கடைசிக் கட்டுரையான 'நோய் முதல் நாடி' எனும் கட்டுரையில், ''இயற்கை சார்ந்த மருத்துவம்'' குறித்து அமெரிக்க மருத்துவர் ஒருவர் முன்வைக்கும் கருத்திலிருந்து தொடங்குகிறார். பிறகு கட்டுரை, ஒவ்வொரு சாதியிலும் உள்ள மருத்துவ மரபு, மருந்துகள் பற்றிய அறிவு, இறப்பின்போது பாடப்படும் ஒப்பாரிப் பாட்டில் இடம்பெறும் மருந்துகள், சோழர்கால ஆதுலர் சாலைகள், அவை பற்றின கல்வெட்டுகள், தமிழரின் வைத்திய மரபு என்று பல திசைகளுக்குப் பயணிக்கிறது.

இடையே ஓர் இடத்தில், எங்களது ஊருக்கு மிக அருகில் அமைந்துள்ள திருத்துறைப்பூண்டியில், நான் இதுவரையில் கேள்வியே பட்டிராத 'மகப்பேறு மருத்துவம் குறித்த கல்வெட்டுச் சான்று' ஒன்றைத் தூசி தட்டித் தருகிறார். பழமொழிகளில் உள்ள மருத்துவங்களையும் கூட விட்டுவைக்கவில்லை.

முதல் கட்டுரையான சங்குத்தவம், யாவரும் இணையத்தில் தொடர் கட்டுரையாக வெளிவந்தபோதே வாசித்திருந்தேன். கடற்சங்குகளைத் நம்முடைய பண்பாட்டோடும் இந்திய நிலவியலோடும் இவ்வளவு நுண்மையாக அணுகி ஒரு கட்டுரை தமிழில் எழுதப்பட்டிருக்காது என்பது திண்ணம்.

‘கொங்கு தேர் வாழ்க்கை’ கட்டுரை கொங்கின் அசலான நாட்டுரிமை வரலாற்றையும், நெடுங்காலமாக மூவேந்த மரபின் சங்கிலிகளால் பிணைந்திருந்த போதும் வணிகப் பெருவழிகளின் தொடர்புகளையும், சோழர் காலத்தைய வேளாண் மாற்றங்களையும், பழங்குடிகள் எவ்வாறு நகர்ப்புற வாழ்க்கைக்குத் தங்களை மாற்றி அமைத்தார்கள் என்றும் விவரிக்கிறது. பைக்காரா நீர்மின் திட்டம் வந்தபிறகு கொங்கு மண்டலம் அடைந்த தொழில் வளர்ச்சியும் இங்கே குறிப்பிடத் தக்கது.

‘இசைபடவாழ்வு’, ‘துரோகத்தின் கல்வெட்டு’, ‘நற்திரு நாடே’, ’கலம் செய் கோவே’ ஆகிய கட்டுரைகளில் இடம்பெற்றுள்ள தரவுகளும் செய்திகளும் வியப்பூட்டுவன. கதைப் பாடலின் கதை நூலாசிரியரின் நாட்டுப்புறக் கதைகள் பற்றிய ஆழமான வாசிப்பையும் தேடலையும், அதனோடு இணைந்த சமூக வரலாற்றைப் புரிந்துகொள்ளும் முனைப்பையும் விவரிக்கிறது.

‘கல், நறவு, தேறல்’ என்ற கட்டுரையில், நறும்பிழிச் சாறெனும் மதிமயக்கும் பழங் கள்ளு தயாரிக்கும் விதத்தை, சிறுபாணனுக்கு விளக்கும் வேளாளக் குடியைச் சேர்ந்தவன்போல, இந்த மொத்தத் தொகுப்பின் ஆக்கத்தையும் சுருங்கச் சொல்வதாய் இருந்தால், எழுத்தாளர் கார்த்திக் புகழேந்தியின் இந்தக் கட்டுரை நூலை ‘வரலாற்றின் நொதிப்பென்று அழைப்பது தகும்.’

பெரும் காலத்தையும் உழைப்பையும் ஊறலாகக் கொண்டு உருவாக்கியிருக்கும் இந்தத் தொகுப்பின் அத்தனைக் கட்டுரைகளும் அதன் கூர்மையான மொழிநடையாலும், பல அரிய தகவல்களாலும், தொ.ப.வின் ’பண்பாட்டு அசைவுக’ளுக்கு அடுத்தபடியாக உங்கள் புத்தக அலமாரிகளில் அடுக்கிக்கொள்ள வேண்டிய நூல் என்று பரிந்துரைப்பேன்.

ஏன் தொ.ப.,வைச் சொல்கிறேன் என்றால், ‘‘மத நம்பிக்கைகளின் காலம் மிகவும் சமீபத்தியது, அது மக்களின் மரபு வேர் மீது மதவாதிகளால் பூசப்பட்ட சாயம் மட்டுமே. அதைச் சுரண்டியெடுக்க வேண்டியதே நம் பணி, மாறாக அவ்வேரையே வெட்டிச் சாய்ப்பதல்ல என வாதிட்டவர் அவர். அவரது ஆய்வுகளின் வழியே வெளிப்பட்ட தகவல்கள் தமிழக நிலவுடைமை வரலாற்றைத் திட்டவட்டமாகப் புரிந்துகொள்ளப் பேருதவியாற்றியது.

காட்சி ஊடகப் பெருக்கம், பொது மதங்களின் தொடர் பிரச்சாரம், இளையோருக்குத் தங்களது தனிப்பட்ட வாழ்க்கை மீதுள்ள அளவற்ற பற்றுதல் போன்ற காரணங்களினால், சமகாலத்தில் கட்டற்ற நாட்டார் வழி வரலாற்றுத் தேடல் நிகழ்வதற்கான வாய்ப்பு சிறுத்துவிட்டது என்பதை அவர் முன்வைத்துக் கொண்டே இருந்தார். கார்த்திக் புகழேந்தி இந்தத் தலைமுறையில் அந்தப் பணியைத் தன் தலையில் ஏற்றியிருக்கிறார்.

சரித்திரத்தின் இச்சைக்கு எவரும் தன்னை ஒப்புக்கொடுக்க முன்வராதபோது, சரித்திரமே தனக்குரிய மனிதர்களைத் தேடிக் கண்டடைகிறது.

இத்தொகுப்பிற்கு அணிந்துரை செய்யக் கேட்டமைக்கு என் நன்றி. எழுத்தாளர் திரு.கார்த்திக் புகழேந்திக்கு என் அன்பு எப்போதும்...

-வேல்முருகன் இளங்கோ,
எழுத்தாளர்.

தஞ்சாவூர்.
17-அக்டோபர்-2020

பேரறிஞர் அண்ணாவுக்கு...

தீயின் விளைவாக...
01

"**ம**னிதன் நெருப்பைக் கண்டு பயந்தான். பின்னர், அதனை வழிபடத் துவங்கினான்" என்றே நம்முடைய வரலாற்றுப் பாடப்புத்தகங்கள் நமக்கு நெருப்பின் கதையை அறிமுகம் செய்து வைக்கின்றன. உளவியலாளர் சிக்மன் பிராய்ட், "மனிதர்களது அச்ச உணர்வும் குற்ற உணர்வுமே முதன்முதலில் வழிபாடுகளைத் தோற்றுவித்தன' என்று குறிப்பிடுகின்றார். தமிழறிவியலில் ஐம்பூதங்களில் ஒன்றெனக் கருதப்பெறும் நெருப்பு, அச்சத்தின் காரணமாகவே ஓர் வழிபாட்டுப் பொருளாக மாறியதா? அது சரி என்றால் மனிதகுலம் நெருப்பின் ஆற்றலை உணரும் முன்னே அவர்களுக்கு அச்ச உணர்வு பழக்கப்பட்டிருந்ததா? எனில், நெருப்பிற்கு முன்பாக மனிதன் எதைக் கண்டெல்லாம் பயம் கொண்டிருந்தான்? அவற்றை எவ்வாறு எதிர்கொண்டான். அவற்றின் மீதும் தனது வழிபடுதன்மையை ஏற்றியிருக்கிறானா? முதலில், நெருப்பிற்கும்– அச்சத்திற்கும் –மனிதனுக்கும் இடையே உள்ள தொடர்புகள் என்னென்ன?

மனிதகுலத்தின் எல்லா சமூக அமைப்புகளிலும், சில நம்பிக்கைகள் பிறப்பு முதல் இறப்புவரை அவர்களிடையே வேரூன்றி இருக்கும். அவற்றில் நீண்ட கால முக்கியத்துவமும் பெற்றவை என்று கணக்கெடுத்தால் பேய், பிசாசு குறித்த நம்பிக்கைகள் என்றென்றைக்குமாக தங்களிடத்தைத் தக்கவைத்துக் கொண்டுள்ளன.

இன்றைக்கும் ஆவி, பேய், பிசாசு, பூதங்கள் ஆகியவைகளிடமிருந்து தங்களையும், தங்கள் சந்ததிகளையும் காத்துக் கொள்வதற்காக பல்வேறுவிதமான சடங்கு மரபுகளைத் தொடர்ந்து கடைபிடித்துவரும் தொல்குடிச் சமூகங்களை உலகின் எல்லா மூலை முடுக்கிலும் அடையாளம் காண முடியும். இது வெறும் பேச்சுக் கணக்குகள்

அல்ல. உலகளவில் 90 நாடுகளில் வாழும் 37 கோடி பழங்குடி மக்களைக் கொண்டு கண்டறியப்பட்ட முடிவு. ஐயாயிரம் விதமான பண்பாட்டுக் கூறுகளையும், ஏழாயிரத்திற்குச் சற்று குறைவான மொழிகளைப் பாவிக்கிறவர்களாக அறியப்படும் அவர்கள், வெவ்வேறு நிலப் பரப்பினுள் அருகி வாழும் சூழலினால். தங்களிடையே நேரடியான கலாச்சாரத் தொடர்புகளோ மொழி, அறிமுகங்களோ 'பெரும்பான்மையான நேரங்களில்' ஏற்படுத்திக் கொள்ளும் வாய்ப்புகளைப் பெறவில்லை. ஆனபோதும், அவர்களிடம் காணப்பட்ட முக்கியமான பொதுப்பண்பாக, பேய், பிசாசு, ஆவிகள் மீது அச்சமும், அவற்றின் இருப்பின்மீது தீவிர நம்பிக்கை கொண்டிருப்பதும், அவற்றைச் சாந்தப்படுத்தும் சடங்குகளில் பிரத்யேகமாக நெருப்பு வழிபாட்டினை (சில சமயங்களில் சூடிடுதல்) முதன்மையாகக் கொண்டிருந்தனர்.

விழித்திருக்கும் இரவுகள்

மனிதன் நெருப்பைக் கண்டுபிடிக்கவில்லை என்பது அறிவியல் நிஜம். நெருப்பின் ஆற்றலை எதேச்சையாகக் கவனித்த மனித முன்னோடிகள் (Homo-genus) அதனைப் புரிந்து கொள்வதின் மூலம், அதனைக் கட்டுப்படுத்தவும், பயன்படுத்தவும், தேவையின்போது மீளுருவாக்கம் செய்துகொள்ளவும் வேண்டிய வழிமுறைகளையே ஏறத்தாழ மூன்று இலட்சம் ஆண்டுகளுக்கு முன்பு கண்டறிந்திருந்தனர். இப்படி கற்பனை செய்துகொள்ளலாம். ஹோமோ–ஜெனஸ் குழு ஒன்று பற்றியெரியும் நெருப்பு குறித்தான தங்களது புதிய புரிதலைத் தங்கள் கூட்டத்தினரிடையே உடலசைவுகளின் மூலம் மிகத் தீவிரமாக விவரித்துக் கொண்டிருந்தது. அவர்களுடைய அந்த 'அசையுரையாடல்!' அடுத்த ஒரு இலட்சம் ஆண்டுகளில் மனிதகுல வரலாற்றில் மிகப்பெரிய தாக்கத்தை ஏற்படுத்தப் போகிறது எனும் உண்மை குறித்த எந்த யூகமும் அப்போது அவர்களுக்கு ஏற்பட்டிருக்கவில்லை.

அதுவரை, உதயகால வெளிச்ச நேரங்களில் வேட்டையாடி, பொழுது வீழ்ந்ததும் மரங்களிலும் குகைகளிலும் பாறை வெடிப்புகளுக்கு இடையேயும் கூட்டமாக/ தனித்து ஒடுங்கி, உயிர் பிழைத்திருந்த மனித முன்னோடிகளின் நீண்டகால 'ரிதம்' நெருப்பைக் கையாளத் துவங்கிய நாளில் முதன்முதலாகத் தடம்புரளத் துவங்கியது. தங்களது எல்லா வழக்கமான நடைமுறைகளில் இருந்தும் துண்டிக்கப்பட்டு, புதிய விதிமுறைகளில் பொருந்திக்கொள்ளவும், புதிய சூழலியல் அசைவுகளை எதிர்கொள்ளவும் அவர்கள் முன்வரத்

தொடங்கினார்கள். (அதேநேரம், மனித இனத்தின் அனைத்து முன்னோடிக் குழுக்களிலும் இவ்வாறாக நெருப்பின் அறிமுகம் ஒரே காலத்தில் ஏற்பட்டிருக்கவில்லை என்பதையும் நாம் நினைவில் கொள்ள வேண்டும்.)

நெருப்பின் ஆற்றலைப் பயன்படுத்தத் தெரிந்த 'சந்ததிகள்' படிப்படியாக உணவுச் சங்கிலியின் மேல்மட்டத்தை நோக்கி வேகமாக முன்னேறத் துவங்கினார்கள். அதுவரையிலும் பனிப் பாலைகளில் வசித்த சில குழுவினருக்கு மட்டுமே இயற்கைவழி வாய்ப்பாக, பதப்படுத்தப்பட்ட இரையும் உணவும் கிடைத்துக் கொண்டிருந்த சூழலில், நெருப்பின் மூலமாகச் சமைத்து உருவாக்கப்பட்ட உணவு, வேட்டை நிகழாக் காலங்களிலும் உயிர்ப் பிழைத்திருக்கச் செய்யும் அரும்வாய்ப்பை அக்குழுவினர்களுக்கு வழங்கியது.

புதிய நிலத்தில்..

முதன்முதலில் நெருப்பு கூட்டிச் சமைத்த இறைச்சி, கிழங்குகள் அல்லது மெல்லுடலி ஆகிய வேகவைக்கப்பட்ட இரை மனித முன்னோடிகளது தாடையிலும் செரிமான உறுப்புகளிலும் மாற்றங்களை பின்வந்த நாட்களில் ஏற்படுத்தின. அவர்களின் குடல் திசுக்களின் நீளம் அபரிமிதமாகக் குறைந்தது. உணவு உண்ண எடுத்துக் கொள்ளும் நேரமும், செரிமான நேரமும், உடலியக்க ஆற்றலும் மிச்சமானது. நெருப்பினால் பதப்படுத்தப்பட்ட உணவு அவர்களது பசித்தலையும் காலத்தைச் சுருக்கி, உணவுத் தேடலின் நீண்ட அலைச்சலைக் கட்டுக்குள் கொண்டு வந்திருந்தது. எஞ்சியிருந்த நேரங்களில் அவர்கள் கலை முதலான காரியங்களில் ஈடுபடத் துவங்கினர்.

வேட்டை ஆயுதங்களை நவீனமாக்குதல், பாறைக் கீறல்கள், கரிச்சித்திர ஓவியங்கள் ஆகியவற்றில் கவனம் செலுத்தினார்கள். ஓசைகளைக் கவனித்துப் பிரித்தறியும் திறனும், சிந்தனைகளின் துவக்கப் புள்ளியும் அவர்களது குழுவினரிடையே பெரும் மாற்றங்களை உண்டாக்கினது. மிக முக்கியமாகக் காப்பு நடவடிக்கைகளினால் உயிர்ப் பிழைத்திருத்தல் சதவிகிதம் மிகக்குறைந்த அளவில் அதிகரிக்கத் துவங்கியிருந்தது. இச்சந்ததிப் பெருக்கம் உணவுத் தேவையையும், இடப் பற்றாக்குறைகளைச் சீராக்கும் நடவடிக்கைகளை அவசியமாக்கின. முன் பின் அறிமுகம் இல்லாத நிலங்களுக்குள் மனித முன்னோடிகளைவிட சற்று வித்தியாசமான உடலமைப்பு கொண்டிருந்த அந்தப் புதிய குழுவினர் இடம்பெயரத் தொடங்கினர்.

“நெருப்பு உருவாக்கும் கழிகள்/ கற்களுடன், ஊசிகள், நார்கள், மரத்துண்டுகள், அவர்கள் உருவாக்கின கலைப் பொருட்கள் மற்றும் நினைவுச் சின்னங்களுடன்’ கூட்டமாக நிகழ்ந்தது இந்த இடப்பெயர்வு. அவ்வாறு தாங்கள் கண்டடைந்த புதிய நிலத்தின் உணவு மண்டலத்தைப் போரிட்டும், அரிதான சமயங்களில் மிக எளிமையாகவும் கைப்பற்றினார்கள். அப்புதிய சூழலில் அவர்கள் எதிர்கொண்ட பெரிய உடல் கொண்ட பாலூட்டிகள் முதல் சின்னப் பூச்சிகள், மெல்லுடலிகள், மரங்கள், தாவரங்கள், மண், மலை, காடுகள், வெள்ளம், கடல், காலம், வானிலை ஆகிய அனைத்தையும் குறித்த புதிய கற்பிதங்களைத் தங்களுக்குள் ஏற்படுத்திக் கொண்டார்கள். அவற்றுள் எவை தங்களுக்கு உதவும் எவை தங்களைக் கொல்லும் எனும் சாதக பாதக அம்சங்களைப் பகுத்துணரும் அவசியமும் அவர்களுக்கு ஏற்பட்டிருந்தது.

இந்தப் பகுத்துணர்வுத் தன்மை அலைகுடி–நிலைகுடி என இருவகை வாழ்க்கை முறைகளைக் கொண்ட குழுவினரிடையே வேறுவேறு தாக்கங்களை உருவாக்கியது. நிலைகுடிகள் ஆபத்தானவற்றைக் கூட்டுசேர்ந்து எதிர்த்து அழித்து, அதே இடங்களில் குழுவாகத் தாங்கள் வாழத் தலைப்பட்டார்கள். அலைகுடிகள் பலசமயம் அவற்றிடமிருந்து விலகித் தங்களைத் தற்காத்துக் கொள்ளவே பெருமளவு முயன்றார்கள்.

இருளைக் கேட்ட காதுகள்

தாங்கள் ஏற்கனவே அறிந்திருந்த தகவமைப்பு விதிகளுக்கு அப்பாற்பட்டு, இருளின் எந்தவோர் சின்ன அசைவையும் அச்சத்துடனே எதிர்கொண்டு வந்த மனித முன்னோடிகளுக்கும், நெருப்பு பயன்பாட்டின் மூலம் புதிய பகுத்துணர் திறனை வளர்த்துக் கொண்ட முதல்நிலை மனிதப் பிரிவினருக்கும் வெளிப்படையான வேறுபாடுகள் தெரியத் துவங்கின. நெருப்பின் ஆகிருதி எப்போதும் தங்களைக் காக்கும் என ஒரு சாரரும், எதிரிகள் கையிலுள்ள, ஒளிரும் ஓர் வினோத ஆயுதம் தங்களை எந்நேரமும் கொல்லக் கூடும் என மறுசாரரும் நம்பத் தலைபட்டனர்.

மனிதர்கள் தங்கள் பண்டைய வாழ்நாளில் பெரும்பாலான நேரம் பசி–பிழைத்திருத்தல், இடப்பெயர்வு–கண்டடைதல், அச்சம்–தற்காத்தல் அல்லது எதிர்கொள்ளல் ஆகிய இருமைகள் குறித்தே அதிகம் சிந்திக்க வேண்டிய தேவை ஏற்பட்டிருந்தது. இயற்கைச் சூழலும் இருள்–வெளிச்சம் ஆகிய இரு முக்கிய பிரபஞ்ச விளைவுகளும் தினம் தினம் அவர்களோடு கண்ணாமூச்சி விளையாடியது. இருளின்

புலப்படாத தன்மையும் ஆபத்துணர்வும் அவர்களுடைய பயச் சிந்தனையைத் தூண்டிவிட்டுக் கொண்டே இருந்தன.

அச்சமயங்களில் நெருப்பின் ஆற்றலால் கிடைக்கும் வெளிச்சமும் பயனும் அவர்களுக்கு அச்சமறுக்கும் ஆயுதம் ஒன்றைக் கைக்கொண்டிருக்கும் கிளர்ச்சியைத் தந்தது. இதனால் குளிர், மழை, வெள்ளம், இடி, மின்னல், விலங்குகள், தாவரங்கள் எனத் தங்களைச் சூழ்ந்துள்ள மற்ற எவற்றைவிடவும், அவர்களது பண்டைய விலங்கு மனத்திற்குள் புதைந்துக் கிடந்த அச்ச உணர்வில் இருந்து விடுதலை அளித்த பேரொளியான நெருப்பின் மீதான தொடர்ச்சியான கற்பனைகள் மனித மனங்களுக்குள் கிளர்ந்துக் கொண்டே இருந்தன. அக்கற்பனைகளை அவர்கள் வெளிப்படுத்தத் துவங்கியபோதே அவர்களது கதைசொல்லிப் பண்பாடும் உருவெடுக்கத் துவங்கியது.

அக்கதைகளின் வழியாகக் கண்ணுக்குப் புலப்படாமல் தம்மைக் கட்டுப்படுத்தும் ஆற்றல்களும், தங்கள் சுற்றுப்புறத்தில் ஏற்பட்ட மாயாவாத நிகழ்வுகளும், (நீர்– நெருப்பு– இடி-மின்னல்– பொருள்கள்–விலங்குகள்) தவிர்த்து வேறு பல ஆற்றல்களும் உண்டு எனவும், அவை தங்களைக் காக்கவும் அழிக்கவும் கூடும் என்றும் அவற்றை வழிபடுவதன் மூலம் உயிர்ப் பிழைக்கலாம் என்றும் நம்பகங்கள் உண்டாகின. இதுவே, பின்னாளில் ஆவி வழிபாடு எனும் Animism தோன்றக் காரணமாக அமைந்தது. மேலும், இறப்பிற்குப் பின்பான கற்பனைகளிலிருந்து ஆவி வழிபாட்டின் மற்றொரு வகையான Spiritism–மும் தோன்றியது.

மாய சக்திகளாலும், இயற்கையைக் கடந்த ஆவிகளாலும் மனித இனம் காக்கப்படுகிறது என்ற எண்ணங்கள் வலுவுற உயிர்– இறப்பு– ஆவி– ஆன்மா– பேய்கள் ஆகியவை குறித்த அச்சமும் – நம்பிக்கையும் பொதுவான அம்சங்களாக இருந்தன. எனவே எவ்விதத் தடைகளுமின்றி பேய்–தெய்வம் ஆகிய இருநிலைகளின் இருப்பு காலத்துக்கும் தவிர்க்க முடியாத ஒன்றாகிப் பெருகி வளர்ந்தது.

அச்சம் தீர்த்த தாய்

உலக நாட்டார் கதைகள் பலவும் 'நெருப்பை' உண்டாக்கும் ஆற்றல் பெண்களிடமே இருந்தது என்கின்றன. அவர்களுக்கே முதன்முதலில் சூழலைக் கட்டுப்படுத்தும் மந்திர சக்திகளும் அளிக்கப்பட்டிருந்தன. மங்கோலியப் புராணங்களில் பெண்கள் நோய் தீர்க்கும் மருத்துவர்களாக வருகிறார்கள். அமெரிக்கா, ஆப்பிரிக்கா, இந்தோனேஷியா, சைபீரியா மற்றும் இந்தியப் பழங்குடிக் கதைகளில்

பெண்கள் மந்திரவாதிகளாகத் தோன்றுகிறார்கள். அவர்களே சூனியக்காரர்களாகவும் அறியப்பட்டிருந்தார்கள். செயற்கையாக நெருப்பை உண்டாக்கும் வல்லமையை அவர்கள் தங்கள் உடலுக்குள் மறைத்து வைத்திருப்பதாக நம்பப்பட்டது.

அன்றைய காலகட்டத்தில் தலைமைத்துவம் கொண்டவராகவும், சமூகத்தின் ஆற்றல் வாய்ந்த இயற்கைக் கூறுகளுக்கும், செழிப்புக்கும், ஒரே சமயத்தில் தாயாகவும், நிலைமாறாக் கன்னியாகவும், அச்சத்தை விளைவிக்கும் காண்பதற்கரிய ஆற்றல்களுக்கும், கற்பனைகளுக்கும் பெண் தன்மையே அடையாளமாகக் கொள்ளப்பட்டது. உலகை உருவாக்கிய மூலப் பெண் தெய்வங்களாகக் கருதப்படும் மெசபடோமிய தியாமட் (Tiamat) எனும் ஐந்துதலை பெண் டிராகனும், சுமேரியர்களின் யூரினோம் (Eurynome) தேவதையும், தமிழர்களின் பூதேவியும் (Bhudevi) இவ்வாறு உருவானவர்களே.

இதேபோல உலகளவில், எகிப்தியர்களின் ஐசிஸ் (Isis), அகேடியரின் இஸ்தர் (Ishtar), ரோமர்களின் மாயா (Maia), மெக்ஸிகரின் கோட்லிகுவா (Coatlicue), பெரு நாட்டினரின் பச்சமமா (Pachamama), பினீசியர்களின் ஆஸ்ட்ரோன் (Astronoë), ஜெர்மனியர்களின் ஆஸ்ட்ரா (Austrō), இக்போக்களின் ஆருஷி (Arusi), ஜப்பானியர்களின் கிசியோடென் (Kichijōten), பாலஸ்தீனர்களின் அஸ்டார்ட் (Astarte) போன்ற தாய்த்தெய்வங்கள் அந்தந்த இனக்குழுவின் வணக்குத்திற்குரிய பெண் தாய்த் தெய்வங்களாகப் போற்றப்பட்டனர்.

இன்னொரு பக்கம், தமிழ்ச் சங்க இலக்கியங்களில் வரும் பேய்மகளிர், அராபிய வினோத பூதங்கள் (Genies) ஸ்காண்டி நேவிய குறும்பூதங்கள் (Trolls) இந்திய தேவதைகள் (Spirits) வட ஜெர்மானிய சிறுதேவதைகள் (Elves) தென்மேற்கு இங்கிலாந்தின் குறுந்தேவதைகள் (Pixies) ஐரிஷ் நாட்டு பூதங்கள் (Lepreshanuns) கிரேக்கத் தேவதைகள் (Angels) உலகத் தேவதைகள் (Fairies) பூதங்கள் (Demons) கொடும்பேய்கள் (Devils) எனத் தீநிலைக் குறியீடுகளாகவும் பெண்தன்மை உருவகப்படுத்தப்பட்டிருந்தது.

சங்க இலக்கியங்களில் காணப்படும் சூலி, சூர்மகள், வரையறை மகளிர், கடல்கெழு செல்வி, கானமர் செல்வி, பாவை, அணங்கு போன்ற பேய்த் தெய்வங்களை இந்த இருநிலைகளின் கலவைகளாகக் கொள்ளலாம். அதேசமயம், புத்த ஜாதகக் கதைகள், "பேய்களுக்கு நிழல் கிடையாது; நிழலற்றிருப்பது கடவுள் பண்பு" எனவே

பேய்கள் மனித இனத்திற்கே சம்பந்தமற்ற ஒன்று என வலியுறுத்தின. இவ்வாறாக இந்திய நிலம் முழுக்க பேய்கள்–கடவுளர்–மானுடம் ஆகிய முப்பரிமாணம் குறித்துப் பல்வேறு விதமான நம்பிக்கைகளும், கதைகளும் எழுந்திருந்தன.

நல்லை அல்லை

தெய்வம் மற்றும் பேய்களில் பெண் தன்மையை முன்னிலைப்படுத்தியது போல ஆண்மையச் சிந்தனைகளும் பின்னாளில் உருவாகத் துவங்கின. இந்தியப் புராணங்களின்படி, பேய்கள் கடவுள்களுக்கு மூத்த சகோதரர்கள். பெரும் செல்வத்திற்காக இருசாரரும் போரிட்டபோது, பேய்களை வென்று கடவுளர் சொர்க்கம் சென்றுவிட்டனர். அங்கிருந்து அவர்கள் தங்களை நன்மைக்கும் பேய்களைத் தீமைக்கும் அதிபதிகளாக அறிவித்துக்கொண்டார்கள். ''மக்களுந் தேவரும் பிரமரு நரகரும்; தொக்க விலங்கும் பேயு மென்றே; நல்வினை தீவினை யென்றிரு வகையாற்' எனத் தீவினையாளர்களே பேய்களாகப் பிறக்கிறார்கள் என்கிறது பௌத்த காப்பியமான மணிமேகலை.

நம் கண்களால் பார்க்க முடியாத, அபார பலம் படைத்த கெட்ட தூதர்களே பேய்கள் என்றும், அவர்கள் கடவுளின் மகன்கள் என்றும் (ஆதியாகமம் 6:2), தேவதூதர்கள் (யூதா: 6) என்றும் விவிலியம் குறிப்பிடுகிறது. நோவா காலத்தில், பேய்கள் கடவுளுக்குக் கீழ்ப்படியாமல் எதிரிகளாகி, யெகோவாவுக்கு விரோதமாக நடந்த சாத்தானின் கலகங்களில் கூட்டுச் சேர்ந்துகொண்டன என்றும் மேலும் சில பேய்க் குறிப்புகள் விவிலியத்தில் உண்டு. *(லூக்கா 8:30; அப்போஸ்தலர் 16:16; யாக்கோபு 2:19)*

இவற்றின்படி பெண்–ஆண் எனும் பால் பேதம் கடந்து நன்மை–தீமை எனும் இருமையே பேய்கள் விஷயத்தில் முக்கியத்துவம் பெற்றது. சங்க இலக்கியங்களில் காணப்படும் சூலி, சூர்மகள், வரையறை மகளிர், கடல்கெழு செல்வி, கானமர் செல்வி, பாவை, அணங்கு போன்ற பேய்த் தெய்வங்களை இந்த இருநிலைகளின் கலவைகளாகக் கொள்ளலாம்.

மரணத்தின் கால்கள்

மனிதர்களில் தன் வாழ்நாள் முற்றுப்பெறும் முன்னே மரணத்தைத் தழுவியவர்கள் மீதமுள்ள காலம் வரைக்கும் பேயாகத் திரிவார்கள் என்றும், அச்சமயங்களில் பிறருக்குத் தீமையும், நன்மையும் செய்வார்கள் என்ற நம்பிக்கை வலுப்பட்டிருந்தது. சமண மகாவீரரும்,

பௌத்த கௌதமரும், வைணவ ஆண்டாளும், கிறிஸ்தவ இயேசுவும், இஸ்லாமிய நபியும், சீக்கிய குருநானக்கும், அய்யாவழி வைகுண்டரும், கேரள நாராயணகுருவும் தங்கள் உலக வாழ்க்கை பூர்த்தியடைந்து தெய்வ நிலையை எய்தியவர்களாகக் கருதப்படுகிறவர்கள்.

அவர்கள் போலவே சங்க இலக்கியங்களில் வரும், அணங்கு, சூரரமகளிர், இயக்கர், இயக்கிகள், அழன், அலகை, அள்ளை, இருள், கடி, கழுது, கருப்பு, காற்று, காற்றேரி, தூர்த்தேறி, குணங்கு, கணம், குணபம், கூளி, குறளி, சவம், சாவு, சாரதம், சாதகம், சோவு, பசாசு, பிசாசு, பாசம், பாரிடம், மருள், மண்ணை, மயல், முனி, பூதன், கிருத்திமம், மகோதரம், வெறி, வியந்தரம், நீலி ஆகியோருக்கும் வேறுபல பின்கதைச் சுருக்கங்கள் உண்டு.

சமணத் தத்துவ காவியமான நீலகேசியில் வரும் நீலி என்ற பெண் பேய், காரைக்கால் அம்மையார் சிவனோடு இணைத்துப் பாடும் கூளிக் கணங்கள் எனும் ஆண்பேய்கள், சிலம்பு தேவராட்டியான முதுவாய்ச் சாலினி, மாலிருஞ்சோலை மலையில் வசிக்கும் வனசாரினி, இடாகினி எனப் பால்பேதமின்றி தென்னிலத்து இலக்கியங்களிலும் தத்துவங்களிலும் பண்பாட்டிலும் சடங்குகளிலும் இடம்பெறும் துர்தேவதைகளும், பேய்களும், அவர்களில் நன்மை செய்யும் பேய்நிலைத் தெய்வங்களும் வேறுபல பின்புலங்களைக் கொண்டிருந்தார்கள்.

தெய்வம்–பேய் இருவருமே வீரநிலை வழிபாட்டுடன் அதிகம் தொடர்பு கொண்டிருப்பர்கள் என்பது இங்கே கவனத்தில் கொள்ள வேண்டியது. பண்டைத் தமிழினப் போர்த் தெய்வமான கொற்றவையை நேரடியாக வழிபடுவதற்கும், அதே போர்களில் உயிர்நீத்த வீரர்களின் நினைவாக நடப்படும் 'நடுகல்' வழிபாட்டுக்கும் அடிப்படையாகவே இருந்த வேறுபாடுகளைப் புரிந்து கொள்ளும்போது, தெய்வம்–மனிதன்–தெய்வநிலை; மனிதன்–பேய்–பேய்நிலைத் தெய்வம் என்ற இருவிதமான சங்கிலிப் பிணைப்பையும் நாம் புரிந்துகொள்ள முடியும்.

பேய்த்தனம்

மனித மனம் காலகாலமாக மரணத்திற்குப் பிறகான 'நிகழ்வைக்' குறித்த அச்சத்தால் உள்ளூர உறைந்திருக்கிறது. இறந்த பிறகு அடையும் உயர்நிலை குறித்த தீவிரமான வேட்கையுடன் மனித மனம் நீண்ட நெடுங்காலமாக பெரும் உரையாடலை மேற்கொண்டு வருகிறது.

வரலாறு நெடுகிலும் மதங்களும், பிற சித்தாந்தங்களும் மனித வாழ்க்கையைப் புனிதமாக்கும் முயற்சிகளில் தொடர்ந்து ஈடுபட்டு

வந்தாலும், உயிர் துறந்த பிறகு அடையும் அமைதி அல்லது உயர்பதவி ஆகியவையே புனிதத் தன்மையோடு கூடிய அதியுன்னதக் கற்பனைகளாக அறிவிக்கப்படுகின்றன.

பண்டைய தமிழர்களின் நடுகற்கள், மட்தாழிகள், மெசபடோமியரின் சிக்குரத்துகள், எகிப்தியரின் பிரமீடுகள், அமீரகரின் உம் அல்நார் கிணறுகள், சீனர்களின் சுடுமண் வீரர்கள் குழி, சோழர் பள்ளிப்படைகள், மாவீரர் துயில் இல்லங்கள் எனக் கிறிஸ்தவர்களின் கல்லறையிலிருந்து தலைவர்களின் சமாதிகள் வரைக்கும் இந்த உண்மையைதான் நமக்கு உணர்த்திக் கொண்டிருக்கின்றன.

இறப்புச் சடங்குகளை மேற்கொள்ளும் வெட்டியானுக்கும், கிறிஸ்தவ பாதிரியாருக்கும், யூத குருவுக்கும், ஷாமன்களுக்கும், பிக்குகளுக்கும் ஜெப மந்திரங்கள் வேண்டுமானால் வேறுவேறாக இருக்கலாம். அவர்களது இலக்கு ஒரே திசையிலே மனித மனத்தைக் கட்டுவிக்கிறது. அது இறந்தோரை தெய்வ நிலைக்குச் சாந்திப்படுத்துவது அல்லது பேய்த் தன்மையைக் கட்டுப்படுத்துவது.

தமிழில் பேய் என்கிற சொல் அஞ்சுதல், அச்சுறுத்துதல் என்ற பொருள் கொண்டே உருவானது. "பேஎம் நாம் உரும் என வரூஉங் கிளவி; ஆமுறை மூன்றும் அச்சப் பொருள" என்கிறது தொல்காப்பியம்.

அச்சமூட்டும் இறந்த மனிதர்களின் ஆன்மா பல திக்குகளிலும் அலைந்து மக்களுக்குச் சொல்ல முடியாத தீமைகளைச் செய்வதாகக் கருதியதால் அவற்றிடமிருந்து தம்மைக் காத்துக் கொள்ளவும், தாம் இறந்த பிறகு பேய் நிலை அன்றி தெய்வ நிலை அடையவும் விரும்பிய போது, நன்மை தீமை இருமைகள் ஒழிந்து மேல்நிலை–கீழ்நிலைத் தெய்வங்கள் அளவின்றி பெருகியது.

பரிணாம அச்சு

மனித இனம் நாகரிகம் கொண்ட உழுகுடிச் சமூகமாக உருவாகத் துவங்கி ஏறத்தாழ 12ஆயிரம் ஆண்டுகளையும், கடவுள் மற்றும் மதக் கோட்பாடுகள் ஏற்படுத்தப்பட்டு 5 ஆயிரம் ஆண்டுகளையும், அவற்றை மறுதலிக்கும் அல்லது பயன்படுத்திக் கொள்ளும் அறிவியல் தொழில்நுட்பங்கள் உருவாகத் துவங்கி ஏறத்தாழ 500 ஆண்டுகளையும் கடந்துவிட்டோம். இக்காலக்கோட்டுச் சித்திரத்துக்குள் மனிதகுலம் பயணித்து வந்துள்ள தொலைவு வியப்பளிக்கக் கூடியது. இந்த நெடும்பயணத்தில் தனது பண்டைய ஞாபகங்களின் எச்சங்களை எப்போதும் தன் தலைக்குமேல் சுமந்துகொண்டே அலைகிறது. நவீனங்களோடு வாழும் இன்றைய காலகட்டத்திலும் இஞ்ஞாபகங்கள்

கதைகளின் வழியாகவும், வாய்மொழியினாலும், எழுத்திலக்கியங்கள், பக்தி, சினிமா, அரசியல், உளவியல், மதங்கள் என யாவற்றிலும் பரவிக் கிடக்கின்றன.

ஆதியில் மனிதன் மேற்கொண்டிருந்த வினைகளில் பலவும், அவனது பழைய ஞாபகங்களாக, மரபின் தொடர்ச்சியாக, நினைவின் மிச்சங்களாக அவனால் கடைபிடிக்கப்பட்டு வருகின்றன. அவனது தொன்மையான பழக்கங்களின் மீதே இன்றைய அவனது 'நவீன மனம்' கட்டமைக்கப்பட்டிருக்கிறது. தினம் தினம் அவன் எதிர்கொள்ளும்/ செயல்படுத்தும் பல்வேறு அன்றாடங்கள் வரலாற்றின் நெடிய சங்கிலியைத் தன் கையில் விடாமல் பற்றியிருப்பதற்கான குறியீடு. எத்தனையோ அழித்தொழிப்புகள், அதிகார மாற்றங்கள், இடப்பெயர்வுகள், போர்கள், சாவுகள், அடிமைத்தனம், மதத் தலையீடு யாவற்றையும் கடந்த ஓர் பொதுப்பண்பினை இம்மனித இனம் தன்னுள்ளே எப்போதும் கொண்டுள்ளதை நாம் மறுக்கவியலாது.

சமநிலையற்ற இவ்வுலகில் இன்றும், ஓர் தாயோ தகப்பனோ தன் பிள்ளைகளைக் கண்டிப்பதற்காக, தன்னையும் அறியாமல் ஏதோ ஒரு அச்சமூட்டும் கதைகளையோ வினைகளையோ மேற்கொள்வதும், தனிமையில் மனிதமனம் இருட்டு குறித்த கற்பனைகளைத் தனக்குள் ஏற்படுத்திக் கொள்வதும், 'கேண்டில் லைட்' விருந்துகளில் கூடிக் களிப்பதன் மீதான விருப்பங்களும், சேட்டைகள் செய்தால் சூடு வைப்பதும், சண்டையின் போது கற்களைத் தேடுவதும், உயரமான இடங்களில் இருந்து எச்சில் துப்புவதும், பேயோட்டும் சடங்குகளில் நெருப்பைப் பயன்படுத்துவதும், இறந்தவர்களை நெருப்பில் எரியூட்டுவதும், விளக்கெரிக்கும் வழிபாடும் உலகளாவிய ஆதி மனம் நெருப்பின் மூலம் ஏற்படுத்திக்கொண்ட அச்சம்–நம்பிக்கை– விடுதலை ஆகிய பண்டைய ஒருங்கிணைப்பின் ஞாபகக் கொடையே.

அதேசமயம் இன்னொரு தரப்பில், இன வரலாற்றை அழிக்க நூலகங்களை எரிப்பதும், கூலி உயர்வு கேட்டவர்களைக் குடிசையோடு கொளுத்துவதும், பெண்ணைச் சதியிலிடுவதும், தியாகங்களை நிகழ்த்த தன்னைத் தீக்கிரை ஆக்கிக் கொள்வதும் நெருப்பு வரலாற்றின் முந்தைய பிந்தைய பக்கங்களில் தொடர்ந்து எழுதப்பட்டுக் கொண்டே வருகின்ற பெருங்கதையே..

●

சங்குத்தவம்

01

கடற்கரையூரில் ஆச்சி ஒருத்தி இருந்தாள். 'அயந்தவனுக்கு அயிப்பைக் கண்டாலும் பேய்தான்' என்றவொரு சொலவடையை அவள்தான் எனக்குச் சொன்னாள். ஆச்சி நல்ல கதைசொல்லியும் கூட. மக்களை நோய்நொடிகளில் இருந்து தெளிய வைக்க மருந்துக் குளிகைகள் மட்டும் போதாது, கூடவே சில மந்திர மாயங்களும் வேண்டும் என்பது அவளது நியமம். அதன்படி, நிறைமாத சூலிகளுக்கு நாடி பார்க்க, பச்சிளம் பிள்ளைக்கு பாதல் இறக்க, தொண்டைக்கட்டு, வாய்க்கட்டு, கொதி, சாக்காடுகளைக் கண்டு பயந்துபோன சிறுசுகளுக்கு நீர் தெளிக்க, வள்ளம், வலை, யாத்தீனங்கள் வாங்கினவர்கள் அதற்கு துஷ்டம் கழிக்க என்று சகல மருத்துவ மாந்திரீக மந்திர காரியங்களுக்கும் ஆச்சியைத் தேடி சனங்களும் வந்தபடியே இருப்பார்கள்.

ஆச்சியின் விவகாரங்களில் பலது இப்போது ஞாபகத்தில் இல்லை என்றாலும், என் சின்ன வயதில் அவள் சொன்ன, வலம்புரி இடம்புரிச் சங்குகள் குறித்த கதை ஒன்று இன்னமும் என் நினைப்பில் அச்சுமாறாமல் இருக்கிறது.

கதைப்படி, ஆணும் பெண்ணுமான வலம்புரி–இடம்புரி சங்குகள் தங்கள் வாழிடத்திலிருந்து பரதவர்களின் கரையை நோக்கி, கூனி மாதத்தில் நகர்ந்து வருகின்றன. கடலின் பரிவார தேவதைகளென அறியப்படும் இந்தச் 'சங்கிணைகள்' விடிகாலை நேரத்தில் அலைபுரளும் மணற்கரையில் புறப் புணர்ச்சியில் ஈடுபட்டு, கொண்டாடிக் கழித்து, சூரிய உதயம் எழுகிற நேரத்தில் தாங்கள் யாரை ஆசீர்வதிக்க நினைக்கிறார்களோ அந்தப் பரதவனுக்குக் கடலின் செல்வம் கொழிக்கிற திசைமுகத்தை அடையாளம் காட்டிவிட்டு மறுபடியும் தண்ணீருக்குள் முங்கிவிடுவார்களாம்.

அப்படியொரு சமயத்தில் பிள்ளையில்லாத முக்காப் பரதவன் ஒருத்தன் காலைக் கருக்கலில் சொளவுத் தட்டைப் பிடித்துக் கொண்டு கடற்கரை வெளியில் கரை ஒதுங்க வருகிறான். அன்றைக்கு நல்ல அடைமழை வேறு. சொளவைத் தலைக்கு மேலாகத் தூக்கிப் பிடித்துக் கொண்டு, வெளிக்கு போய்க் கொண்டிருந்தவன் கண்ணில் கடலுக்குள்

திரும்பாத வலம்புரி–இடம்புரி சங்குச் சோடிகள் தென்படுகிறது. பேராசை பிடித்த அவன் அலுங்காமல் தன்னுடைய முண்டாத் துணியில் அவைகளைப் புரட்டி எடுத்து தன் குடிசையில் ஒளித்து வைத்துக் கொண்டான்.

வலம்புரிச் சங்கிற்கு கடலின் ஆழங்களும், மர்மங்களும் தெரியும். இடம்புரிச் சங்கிற்கு மீன்வளம் தங்கிக் கிடக்கும் இடங்களும், காற்றின் திசையும் தெரியும். இந்த இரண்டின் அருளாசி கிடைக்கிற பரதவன், பாண்டியபதி அரண்மனை கிட்டங்கியில் குவிந்து கிடக்கும் முத்துப் பண்டாரத்தைக் காட்டிலும் அளப்பரிய செல்வத்தைக் கடலுக்குள் கண்டடைவான் என்பது கடற்கரை நம்பிக்கை. ஏக காலத்தில் இந்த இரண்டு சங்குகளும் சோடியாய்க் கிடைத்த முக்காப் பரதவனுக்கு அடித்தது யோகம். அதன்பிறகு அவன் வலையெல்லாம் மீன். மரமெல்லாம் சிப்பி ஒட்டு என்றாகிவிட்டது..

மற்றவர் ஒருதிசைக்கு ஓடினால், இவன் வேறு திசைக்கு ஓடி கடலையே அள்ளிக்கொண்டு வந்ததுபோல மீன்களோடு திரும்பி–யிருக்கிறான். மறுநாள் அதே திசைக்குத் தேடிப் போனவர்களுக்கு வெறுங்கைதான் மிச்சம். இவன் நம்மையெல்லாம் ஏமாற்றி என்னம்மோ மந்திரம் பண்ணுகிறான் என்று மீனவசாரிகளுக்குள் முனுமுனுப்பு ஆரம்பித்துவிட்டது. அப்படிச் சந்தேகம் பிடித்த வெத்தலைக் காம்பு பரதவன் ஒருத்தன், முக்காப் பரதவனின் குடிலைச் சுற்றிச்சுற்றி வந்தானாம்.

ஆளில்லாத நேரம் பார்த்து, முக்காப்பரதவனின் குடிசைக்குள் புகுந்து, அவன் மண்பானைக்குள் முடிந்து வைத்திருந்த சங்கிணைகளைக் களவெடுத்துச் சென்றுவிட்டானாம். இந்த விவகாரம் ஊராளியான கோமரத்தாடிக்குத் தெரிய வந்துவிட, அவர் வெத்தலைக் காம்புப் பரதவனை மிரட்டி, 'வலம்புரி உனக்கு இடம்புரி எனக்கு' என்று ஆளுக்கு ஒன்றாகப் பங்கு கேட்டாராம். வெத்திலைக் காம்பு பரதவனும் வேறு வழியில்லாமல் இந்த இணக்கத்திற்கு ஒப்புக்கொண்டு விட்டான். சங்குச் சோடிகள் ஒன்றை ஒன்று பிரிந்து இருவேறு கைகளில் சிக்கிக் கொண்டன.

பிரிவின் சோகத்தால் பீடிக்கப்பட்ட வலம்புரிச் சங்கு, கண்ணீராய் வடித்தது. ஊர்கேட்க ஓலமிட்டது. சத்தம்கேட்ட பரதவர்கள் அது என்ன என்ன என்று அலைபாய்ந்தார்களே ஒழிய சத்தம் வந்த திக்கு புலப்படவில்லை. சங்குச் சோடிகளைத் திருட்டுக்கொடுத்த முக்காப் பரதவன் மட்டும் கரையெல்லாம் தேடிக் கொண்டே திரிந்தான்.

ஒருநாள் பகலில், கடலின் மர்மங்களைத் தன்னிடம் காதுகொடுத்துக் கேட்ட வெத்தலைக்காம்பு பரதவனிடம், 'கடலடி ஆழத்தில் யாருக்கும் தெரியாமல் யானை தண்டியிலான தங்கப் பாறை ஒன்று இருக்கு.. நீ மொத்தமா அத எடுக்க முடியாது. ஆனா உளி எடுத்துட்டுப் போனீன்னா கொஞ்சங் கொஞ்சமா வெட்டி எடுத்துட்டு வந்துடலாம்..'' என்று சொன்னது.

தாங்க முடியாத பேராசை வந்துவிட்ட அவன் முன்பின் யோசிக்காமல், உடனே சங்கையும் உளியையும் கையில் எடுத்துக்கொண்டு, 'எங்கே அந்த இடத்தை எனக்குக் காட்டு' என்று கட்டுமரத்தோடு கடலுக்குள் கிளம்பிப் போனான். இங்கே அங்கே என்று கசம் வரைக்கும் இழுத்துச் சென்ற வலம்புரிச் சங்கு, பெரிய சுழியாகப் பார்த்து அவன் கட்டுமரத்தைச் சிக்கவைத்து அத்தோடு அவனையும் மூழ்கடித்துவிட்டதாம்.

தனித்துத் தப்பித்துக்கொண்ட வலம்புரிச் சங்கு, அதுமுதல் யார்கண்ணிலும் சிக்காமல் நள்ளிரவில் தன் இணையைத் தேடிக் கரையோரம் ஒதுங்கி, கூவல் ஓசை எழுப்புமாம். நம்பி யாராவது தேடிப் போனால் அவர்களையும் கடலுக்குள் இழுத்துச் சென்று சுழியில் தள்ளிவிடுமாம். அதனால் தான் 'ராத்திரி நேரம் அரசனே அக்கரைக்கு வான்னு கூப்பிட்டனுப்பினாலும் எந்திரிச்சிப் போ-யிடாதே' என்று திரும்பவும் ஒருமுறை அழுந்தச் சொல்வாள் ஆச்சி.

கடல்சார்ந்து கேட்டறிந்த பல நாட்டாரியல் கதைகளுக்குள் களவெடுத்தல், பேராசை, கடலின் மர்மம், பேய் விளிக்கும் நம்பிக்கை, பாலியல் புணர்ச்சி, இழப்பு, பிரிவு, தேடல் என்று பல்வேறு விசயங்கள் மரபாகப் படிந்து கிடக்கின்றன. கடற்கரைக்காரனாக இல்லாமல் போனாலும், இந்தக் கதைகளை அள்ளித் தெளிக்கிற மனிதர்களோடு நெருக்கமாக இருந்ததுண்டு. அவர்களிடம் இருந்தே சங்குகள் குறித்த விதவிதமான அனுபவங்களும் தேடல்களும் எனக்கு வாய்த்தது.

திருச்செந்தூர் கோயில் வாசலில் 'பண்ணாடி' ஒருவர் அறிமுகமாகி இருந்தார். அவருடைய முன்னவர்களைப் பாண்டிப் பண்ணாடிகள் என்று அவர் குறிப்பிட்டார். பாணர்போல ஊரூராகப் போய் சங்கநாதம் முழங்கிப் 'பண் பாடி இரக்கிற' பிழைப்பைச் செய்து வந்தவர் அவர். இரு கைகள் கொண்டு ஏந்தும் அளவுக்குப் பெரிதான வலம்புரியும்–இடம்புரியுமாக இரட்டைப் பால் சங்குகளை அவரிடம் தான் முதன்முதலில் பார்த்தேன். மூக்குகள் அறுத்து, பித்தளை பூண் பொருத்தி, முனையில் நாகலிங்கம் வைத்த அச்சங்குகளை

ஒருசேர இசைக்கத் தெரிந்த அவர் கோயில் வாசலில் பிச்சை எடுத்துக் கொண்டிருந்தார். ஆச்சி சொன்ன கதையை மனதில் வைத்துக்கொண்டு, அவரிடம் கேட்டேன்.

"இது ரெண்டும் ஒருத்தர்கிட்டே இருந்தால் ராசாவாட்டம் வாழமுடியுமாமே?"

"எனக்கென்ன குறை, இப்பவும் நான் ராசாவாட்டம் தானே வாழுறேன்" என்று சிரித்தார்.

வாய்வலிக்கப் பலதடவை முயன்ற பிறகு அவர்தான் எனக்குச் சங்கை முழக்கக் கற்றுக் கொடுத்தார். பிறகு சங்கு குறித்தான என் நெடிய தேடல்களுக்கு அவரும் ஓர் முக்கிய காரண கர்த்தாவானார்.

02

சங்கும் பண்பாடும்

சங்கிற்கும் தமிழர் பண்பாட்டிற்கும் ஒரு நீண்ட பாரம்பரியத் தொடர்பு உண்டு. பழங்காலத் தமிழர் வாழ்வில் முச்சங்கு முழங்கும் வழக்கம் பின்பற்றப்பட்டு வந்திருக்கிறது. பிள்ளை பிறப்பின்போது, பாலூட்டுவதற்கு முதலாவதும், ஆணும் பெண்ணும் மணம் முடிக்கும்போது இரண்டாவதும், மரணத்தின்போது மூன்றாவதுமாகச் சங்கினை வாழ்வின் மும்முறை முழங்குவதை கடனாகக் கொண்டிருக்கிறார்கள். 'முதற் சங்கு அமுதூட்டும், இரண்டாவது நல்வழி காட்டும், கடைச் சங்கம் காதவழிபோம்' என்பது வழக்கு.

பேறுகாலம் முடிந்து, தாய் பிள்ளையைப் பெற்றெடுத்ததும், தாயும் மகவும் நலம் என்பதை அறிவிக்க, செவிலிப் பணி செய்யும் பெண் சங்கை முழங்கி, உற்றாருக்குக் குறிப்பால் உணர்த்துவார். இக்குறிப்பு ஒலியின் எண்ணிக்கை அடிப்படையில் வேறுபடுத்தி அறியப்படும். பிள்ளையின் தாய்மாமன் சங்குப் பாலாடையைத் தாய்க்கு அன்பளிப்பார். அதுவே, குழந்தைகளுக்குப் பாலூட்டவும், மருந்து புகட்டவும் பயன்படுத்தப்படும்.

சிந்துச் சமவெளி ஆய்வுகள் தொடங்கி, ஐம்பதாண்டுகள் முன்பு யாழ்ப்பாணப் பகுதிகளில் நடந்த ஆய்வுகள் வரை, தமிழ் மக்கள் பயன்படுத்திய இச்சிறிய பாலாடைச் சங்குகள் கணக்கற்று கிடைத்துள்ளன. உலோகப் பாலாடைகள் பயன்பாட்டுக்கு வந்த பிறகும், கிராமப்புறப் பகுதிகளில் இன்றும் சங்குப் பாலாடை பயன்பாட்டில் உள்ளது.

திருமணத்தில் சங்கு முழங்கும் பழக்கம் நம்முடைய நீண்ட கால மரபு. இன்றளவில், நாவிதர், நாட்டுக்கோட்டைச் செட்டியார் குடும்பத்தவர்கள் தங்கள் திருமணங்களில் சங்கு ஊதும் பழக்கத்தைக் கடைபிடிக்கிறார்கள். கள்ளர் இனத்தில், தங்கள் வீட்டுத் திருமண நிகழ்வில், மணமகன் வீட்டுக்கு, மஞ்சள், மாலை, தேங்காய், நெல், பால், நெய், வெற்றிலை, பாக்குடன் ஊர்வலமாகச் செல்லும் பெண்கள் சங்கு ஊதும் பழக்கத்தைக் கொண்டிருக்கிறார்கள். விருதுநகர் மாவட்டம் திருச்சுழியில் திருமணங்களில் குடிமகன், சங்கு ஊதப் பெண்கள் குலவை இட்டுத் தாலி கட்டு பழக்கம் 1980 வரை இருந்துவந்துள்ளதாக அவ்வூரைச் சேர்ந்த திருமுருகன் அவர்கள் தகவல் தெரிவித்தார். இரவு நேரங்களில் நடைபெறும் இத் திருமணத்தைத் திருப்பூட்டுதல் என்றே அழைத்து வந்திருக்கிறார்கள்.

ஆந்திரத்தில் தண்டாசி மற்றும் பௌரீஸ் ஆகிய இனக்குழு மக்கள் தங்களது திருமணங்களில் சடங்குகளில் சங்கின் உள்ளே மஞ்சள் கரைசலை ஊற்றி அதைக்கொண்டு மணமக்கள் கைகளில் நனைவிக்கும் வழக்கத்தைக் கொண்டிருந்தார்கள். வங்காளம், ஒரிசா பகுதிகளில் பார்ப்பனர்கள் தங்கள் திருமணங்களில் சங்கொலி இசைக்கிறார்கள். ஆனால், தெலுங்கு மொழி பேசும் சில இனக்குழுவினரும், தமிழக பார்ப்பனர்களும் சங்கொலியினைத் தீய ஒலியாகக் கருதியதால் தங்கள் திருமண காரியங்களில் அவர்கள் சங்கினை இசைப்பதில்லை. நாச்சியார் திருமொழியில் ஆண்டாளின் திருமணக் கனவிலும், நளவெண்பாவில் தமயந்தியின் சுயம்வரத்திலும் சங்கம் முழங்கும் பாடல்கள் இலக்கியச் சான்றாக உள்ளன..

மூன்றாம் சங்கநாதமான, இறப்புச் சடங்கில் சங்கொலி எழுப்புவது தமிழகத்தில் பார்ப்பனர், வைணவர் அல்லாத அனைத்து சாதியினரிடமும் இன்றளவும் காணப்படுகிறது. நெல்லை, மதுரை உள்ளிட்ட தெற்கத்திப் பகுதிகளில் நாவிதர்களும், கோவை, திருச்சி பகுதிகளில் பறையர்களும், தஞ்சை, சேலம், உள்ளிட்ட வடமேற்குப் பகுதிகளில் பணிசவர் சாதியினரும் பிற சாதியரின் இறப்புச் சடங்குகளில் இத்தொழிலைப் புரிகிறார்கள். இவர்களே இறப்புச் செய்தியை ஊருக்கு அறிவிப்பவராகவும் செயல்படுகிறார்கள்.

திருவிதாங்கூர் பகுதிகளில் சங்கூதும் பறையர் இறந்தால் அவரது சங்கையும் அவரோடு சேர்த்துப் புதைக்கும் பழக்கம் இருந்துவருகிறது. இச்சடங்குகளில், திருமணமான ஆண் இறந்தால் அவரது மனைவியின் தாலி கழற்றப்படும்போது, உறவினர்கள் கோடித்துணி வீசும்போது,

வீடுதாண்டு சடலம் புறப்படும்போது என ஒவ்வொரு சடங்கின் முடிவிலும் சாவுச் சங்கொலி எழுப்புகிறார்கள்.

பிற நம்பிக்கைகளில்..

பிறப்பு, திருமணம், இறப்பு ஆகியவை தவிர விழாக்களிலும், போர்களின் போதும், அறிவிப்பு செய்யவும், பிச்சை எடுக்கவும், பேயோட்டவும், அறுவடைக்கு முன்பும், பொங்கல் இடுகையிலும், பூப்புச் சடங்கிலும், வழிபாட்டிலும், விடியல் நிமித்தமும், நாட்டார் இசை, நடனங்களிலும், கோயில் வழிபாடுகளிலும் சங்கொலி முழங்குதல் பயன்பாட்டில் இருந்து வந்துள்ளது.

தேவக்கோட்டை கள்ளர்கள் ஆடிப்பட்டத்தில் அவரை விதை நட்டு, அது முதல் பூ பூத்ததும் சங்கு ஊதி சாமி கும்பிடுகிறார்கள். வீட்டில் வைக்கும் தென்னை முதல் பாளை தள்ளினால் பொங்கல் வைத்துச் சங்கு ஊதுவது வழக்கம். கொச்சி மலபார் பகுதிகளில் வேளாண் தொழில்செய்யும் செருமான்கள் இறந்தால், எட்டுநாள் சடங்கு செய்து, சங்கினை முழங்கி அவரைப் பேய் நிலையில் இருந்து தெய்வமாக மாற்றும் பழக்கத்தை மேற்கொள்கிறார்கள். இடையர் சாதியினர், இறந்த சடலத்தைப் பிள்ளைகள் மும்முறை சுற்றி வரும்போதும், சுற்றுக்கு ஒருமுறையெனச் சங்கு முழங்கி, அதன் முனையைக் கொண்டே பானையில் துளையிடுகிறார்கள். இஸ்லாமியர்களின் ‘சுன்னத்’ சடங்கின்போது பிறமலைக் கள்ளர்கள் அச்சடங்கில் கலந்துகொண்டு சங்கு ஊதிப் பணம் பெறுவார்கள்.

பல்லவ மன்னர்கள் போர் புரியும்போது அவர்கள் எழுப்பிய சங்கின் ஒலி கடுவாய் ஒலிபோல எழுந்ததாக நந்திக்கலம்பகம் குறிப்பிடுகிறது. போர் வெற்றியின்போது பதினெட்டு மேளதாளங்களோடு சங்கு முழங்குவதை இடங்கை வலங்கை வரலாறு குறிப்பிடுகிறது. காலை விடியலைச் சங்கொலி எழுப்பி அறிவித்ததை சிலப்பதிகாரம் ஊர்க்காண் காதையின் 13ம் வரியில் காணமுடிகிறது. நன்னிமித்தச் சங்கு முழங்குவது சீவக சிந்தாமணி மற்றும் முத்தொள்ளாயிரப் பாடல்கள் குறிப்பிடுகின்றன. அதேபோல தீய நிமித்தங்களில் இருந்து தற்காத்துக் கொள்ளவும் சங்கு முழங்கப்பெற்றது. வங்காளத்தில் சூரிய, சந்திர கிரகண நேரத்தில் தொடர்ந்து சங்கினை முழங்கிக் கொண்டே இருந்திருக்கிறார்கள்.

தொழிற்சமூகம் உருவான காலத்தில் ஆலை திறக்கும் நேரத்தை அறிவிக்க சங்கு முழங்கப்பட்டுள்ளது. ஸ்பெயின் நாட்டில் மீன்விற்பவர்கள் தங்கள் வாடிக்கையாளர்களைச் சங்கொலியின்

மூலம் ஈர்த்து வியாபாரம் பார்த்துள்ளனர். ஐரோப்பியர்கள் வானிலை மோசமடையும் பெருமழைக் காலத்தில் சங்கொலியினைக் கொண்டு மக்களை எச்சரித்துள்ளனர். கண்மண் தெரியாதப் பனிக்காலத்தில் ஆழ்கடல் பயணங்களில் சங்கு முழக்கும்போது, கடல்தெய்வம் தங்களைக் காக்கும் என ஐரோப்பியர்கள் நம்பினார்கள்.

ஆண்டிகள் சங்கூதிப் பிச்சை எடுப்பது இன்றும் கிராமப் புறங்களில் காணமுடியும் செயல். வடஆற்காடு பகுதியில் வாழும் தாசரி வைணவர்கள் சங்கு முழங்கி தமது வருகையை அறிவித்தார்கள். சங்கு அவர்களது குலச்சின்னமாகவும் ஏற்கப்பட்டிருந்தது.

03

குலச்சின்னம்

பண்டைக் காலம் முதலே சங்கினைத் தங்கள் குலச்சின்னமாகக் கொண்ட இனக்குழுக்கள் இந்நிலத்தில் வாழ்ந்து வருகின்றனர். தமிழகக் குறவர்களும், கலிஞர்களும், குறும்பர்களும், பணிச்சவர்களும், ஆந்திர வேலமாக்களும், மேலைச் சாளுக்கியர்களும், வங்காள குருமிகளும், சந்தால்களும், ஓரான்களும் தங்கள் இனக்குழுவினருள் சங்கினைக் குலமரபுச் சின்னமாக ஏற்றவர்களைக் கொண்டிருக்கிறார்கள். இவர்களுக்கு, சங்கவார், சுமுத்ர தாலா, சங்க், சங்கு, சங்கோ போன்ற கிளைப் பெயர்கள் வழங்கப் படுகின்றன.

இவர்கள் சங்குகளை அணிந்தோ, ஆபரணமாகவோ பயன்படுத்துவ தில்லை. மாறாக அதனைத் தங்கள் பண்பாட்டு அடையாளமாகப் பெற்றவர்கள். மறுபுறத்தில், சங்கினைக் குலச்சின்னமாகக் கொண்டிராதபோதும், அதனைப் பயன்படு பொருளாகக் கொண்ட காரணத்தால் 'அடையாளப் பெயர்' பெற்ற இனக்குழுவினரும் பரவலாகக் காணப்படுகிறார்கள். கோவை, திருச்சி பகுதிகளில் சங்கூதும் தொழில் புரியும் பறையர் இன மக்கள் சங்குப் பறையர் என அழைக்கப்பட்டனர். வலங்கைப் பிரிவினரில் சங்கறு கவறையாரும், இடங்கைப் பிரிவினரில் சங்கு கட்டும் மாறமங் கொல்லியரும், கறையாளரும் சுட்டப்பெறுகிறார்கள்.

நாணயம்

குலச்சின்னமாக மட்டுமல்லாமல் தங்களது அரசு, மதம் நிர்வாகம், நாணயம் ஆகியவற்றிலும் சங்கு முத்திரைகளைப் பயன்படுத்திய மன்னர்கள் வரலாறு முழுக்கத் தென்படுகிறார்கள். கிமு 3ம் நூற்றாண்டுக்கு அண்மைக் காலத்தைச் சேர்ந்த பாண்டிய மன்னர் பெருவழுதியின் அரச நாணயங்களில் யானை, எருது, ஆமை, மலை

முகடு ஆகியவற்றுடன் சங்குச் சின்னம் பொறிக்கப்பட்டிருந்தது.

சங்க காலச் சோழர் காசுகளிலும் சங்கு நாணயம் இடம்பெற்றுள்ளது. பல்லவர் நாணயங்களில் ஒருபுறம் சங்கும், மறுபுறம் காளை, பிறை, நாகம் ஆகிய உருவங்கள் காணப்படுகிறது. 'மாமல்ல' எனப் பெயர் குறிப்பிடப்பட்ட பல்லவ காசுகளில் சங்கு பிரதானமான சின்னமாக இடம்பெற்றுள்ளது. ஈழத்தில் கண்டெடுக்கப்பட்ட 'லங்கவீர' என்ற பேர் பொறிக்கப்பட்ட சங்குமுத்திரைக் காசு பிற்காலச் சோழர்களின் வெளியீடாகவே கருதப் பெறுகிறது.

விஜயநகர ஆட்சிகாலத்தில் மதுரை, தஞ்சை, நாயக்கர் நாணயங்களில் சங்கும் சக்கரமும் பொறிக்கும் வழக்கமிருந்தது. கொங்கு, ராமநாதபுரப் பகுதிகளிலும் இவ்விதமான காசுகள் சிற்றரசர்களால் பொறிக்கப்பட்டுள்ளன. தமிழகம் மட்டுமல்லாது, வட இந்திய அரச முத்திரைகளிலும் சங்கு தனித்துவம் வாய்ந்த முத்திரையாகக் கொள்ளப்பெற்றுள்ளது. திருவிதாங்கூர் சமஸ்தானத்தின் அரச முத்திரையாகவே சங்கு இடம்பெற்றிருந்தது. ஆங்கிலேய ஆட்சி காலத்திலே நாணயங்களில் சங்கு பொறிக்கும் வழக்கம் நிறுத்தப்பட்டது.

19ம் நூற்றாண்டின் இறுதிக் காலம் வரை திபெத் பழங்குடி மக்கள் சங்குத் துண்டுகளைக் காசுகளுக்குப் பதில் பயன்படுத்தியுள்ளார்கள். வடகிழக்கில் அஸ்ஸாம் நாகர் இன மக்களும் 1850 வரை சங்கு வட்டங்களை நாணயமாகப் பயன்படுத்தி வந்துள்ளனர். அடிமை வாணிகமும், கால்நடை விற்பனையும் சங்கினைப் பணமாகக் கொண்டு தீர்மானிக்கப்பட்டது. ஒரு பசுவுக்கு பத்துச் சங்குகள். பன்றிக்கு இரண்டு சங்குகள். ஆடு காட்டுக்கோழிக்கு ஒரு பை உப்பு. வடகிழக்கினை ஆக்கிரமித்த காலத்தில் ஆங்கிலேயர் சங்குகளையே அங்குள்ள நாகரின மக்களிடம் வரியாகப் பெற்றனர்.

சங்கறுப்பதெங்கள் குலம்

இச்சங்குகளை வட்டமாக, நாணயங்களாக, மணிகளாக, முத்திரைகளாக, அணிகலன்களாக வடிவமைக்கும் தொழில்நுட்பம், தமிழகத்திலே மிகவும் சிறப்புற்று விளங்கியது. திருவிளையாடல் திரைப்படத்தில் தருமியிடம் கொடுத்தனுப்பிய பாட்டுக்காக நக்கீரனும் சிவனும் சண்டையிடும் காட்சியில் இடம்பெறும் தனிப்பாடல் திரட்டு வரிகள், நக்கீரன் சிவனைப் பார்த்து, "சங்கறுப்பது எங்கள் குலம்; சங்கரனார்க்கு ஏது குலம்" என்று கேட்பதாக இடம்பெறுகிறது. முன்னதாக, 'அங்கம் புழுதிபட அரிவாளை நெய்பூசி..' எனும்பாடலால்,

உடம்பெல்லாம் புழுதிபட, அரிவாளில் என்ணெய் தடவி, உடல் அதிரச் சங்கை அறுக்கும் நக்கீரனா என் பாட்டில் குற்றம் சொல்லத்தக்கவன் என்றே சிவன் நக்கீரனைச் சீண்டுவதாக எழுதப்பட்டுள்ளது. இத் தனிப்பாடல் திரட்டு 12ம் நூற்றாண்டுக்கு முன்புவரை எழுதப்பட்ட பலரது தொகுப்பு நூல்.

பண்டைய தமிழ்ப் பெண்கள் சங்கினை அறுத்து உண்டாக்கின வளையல்களை அணிந்ததும், சங்கு மணிகளால் தங்களை அலங்கரித்துக் கொண்டதும் சங்க கால இலக்கியங்களில் பரவலாகவே காணப்படுகிறது. ஐங்குறுநூறு, நளவெண்பா, சீவேந்திரர் சரிதம், செழிதரையன் பிரபந்தங்கள் ஆகிய இலக்கியங்களில் மக்கள் அணிந்த சங்கணிகள் ஒவ்வொன்றும் விரிவாக இடம்பெற்றுள்ளன.

பிரபலமான குறுந்தொகைப்பாடல் ஒன்று, தலைவன் பிரிவால் அணிந்த அவள் வளையல் நெகிழ்வதையும், அவன் வருகையால் வளையல் கைகளை நெருக்கியதையும் குறிப்பிடுகிறது. அவ்வாறு மகளிர் அணிந்த வளைகளுக்கு எல்வளை, எரிவளை, இலங்குவளை, வரிவளை, செறிவளை, சில்வளை, ஆய்வளை, நிரைவளை என்று அதன் வடிவம், ஒளி, நிறம் ஆகியவற்றைக் கொண்டு பெயரிடப்பட்டிருந்தன. இவ்வளையல்கள் பெரும்பாலும் சங்குகளால் உருவாக்கப்பட்டவை. பொலந்தொடி தின்ற மயிர்வார் முன்கை; வலம்புரி வளையோடு கடிகைநூல் யாத்து, எனப் பாண்டியன் மனைவி வலம்புரிச் சங்காலான வளையல் அணிந்திருப்பதை நெடுநெல்வாடையில் நக்கீரர் எழுதுகிறார்.

பாண்டியன் மனைவி மட்டுமல்ல, ஆண் பெண் பாகுபாடில்லாது பாண்டியனும் சங்கினால் செய்த வளையினை அணிந்திருந்தான் என்பது முத்தொள்ளாயிரப் பாடலின் மூலம் அறியலாம். மேலும், சின்னமனூர் செப்பேட்டில் இடம்பெறும் வரிகளால், இரண்டாம் ராஜசிம்மன் தன் கைகளில் வெண்நிறச் சங்கினால் ஆன வளையலை அணிந்தோன் எனக் கண்டறிய முடிகிறது. வளையல்கள் போலச் சங்குத் துண்டங்களில் செய்யப்படும் மணி, அக்குமணி என்று அழைக்கப்பட்டது. சங்குமணியை அக்கு, மனவு என்று நாமதீப நிகண்டு குறிப்பிடுகிறது. சங்கு மணியால் கோர்க்கப்பட்ட நல்ல நீண்ட கூந்தல் என்று அவ்வை குறுந்தொகையில் (23) எழுதியுள்ளார்.

அணிகலன்கள்

இடைக்காலத்தில் தமிழகப் பகுதிகளில் சங்கணிப் பயன்பாடுகள் மக்களிடையே மெல்லக் குறைந்தது. அதேநேரம் வங்காளத்தில்

நாளுக்கு நாள் அதன் பெறுமதி அதிகரித்தது. அதன் தன்மை எப்படி என்றால், திருமண வரதட்சணையாக மணமகளின் தந்தை சங்கு அணிகளை மாப்பிள்ளைக்குக் கொடுக்கும் அளவிற்கு. வங்காளம் மட்டுமல்லாமல், திபெத், பூட்டான், பர்மா, அஸ்ஸாம், ஒரிசா, பீகார் பகுதிகளிலும் சங்கணிகலன்களின் தேவை இருந்தது. சோட்டா நாக்பூரின் சந்தால் பெண்கள், சிட்டகாங்கின் மாக் பெண்கள், திபெத் பழங்குடிப் பெண்கள், அஸ்ஸாமின் கொன்யாக்(நாகர்) பெண்கள், சங்கு வளைகளைப் புனிதப் பொருளாகக் கருதினார்கள்.

இதன் காரணமாக, 10ம் நூற்றாண்டு காலகட்டத்தில் சங்கு அறுத்துக் கலைப்பொருட்கள் செய்யும் தொழில்நுட்பம் வங்காளத்தில் வெகு விரைவாகத் தொழில்மயப்பட்டது. அடுத்த ஐந்து நூற்றாண்டுகளில் தமிழக் கடலடியில் விளைந்த பெருமளவு சங்குகள் மூலப் பொருட்களாகவே வங்காளத்திற்குப் ஏற்றுமதி செய்யப்பட்டன. தேவைக்கு அதிகமான கொள்முதல் காரணமாக இலங்கைக் கடலில் விளைந்த சங்குகளை வங்கத்துத் தேங்காய்களுக்குப் பண்டமாற்று செய்து இறக்குமதியாகின. இந்தச் சூழலில்தான் கடல்வழி வாணிகத்தில் மும்முரமாக ஈடுபட்டவர்களாலே சங்கு வாணிகமும், இடம்விட்டு இடம்பெயர்ந்தது.

04

சங்கும் மதங்களும்

நெல்லை மாவட்டம் நாட்டார் தெய்வங்கள் பலரின் பிறப்பிடம் என்றாலும் அது சைவம் தழைத்துப் பிரசித்தி பெற்ற ஊராகவே அறியப்படுகிறது. நெல்லையப்பர் சன்னிதியில், தைப்பூச தீர்த்தவாரி அன்று நூற்றுக் கணக்கில் சங்குகளை அடுக்கிவைத்து, அதில் தாமிரபரணியை நிரப்பி, கோயில் கொடிமரத்திற்கு சங்காபிஷேகம் நடைபெறும். இதேபோல மாசியில் சாலைக்குமரனுக்கும் ஆயிரத்தி எட்டுச் சங்காபிசேகம் உண்டு. பொதுவாகச் சங்குத் திருமுழுக்காடு என்பது சைவத்தில் ஒருவரை ஆச்சாரியனாக்குவதற்கு கடவுள் முன்பாகச் செய்யப்படும் வழிபாடாகவே கடைபிடிக்கப்படுகிறது.

ஏழாம் நூற்றாண்டின் சைவ சம்பந்த நாயனார், ‘விருப்போடு வெண்சங்கம் ஊதா ஊரும் அடவி காடு’ என்று ஊரையேப் பழிக்கிறார். தான்போகும் பாதையெங்கும் அவரே சங்கம் முழங்கிக்கொண்டு போனதாகவும் பாடல்கள் உண்டு. (சம்பந்த நாயனார் புராணம், 2099ம் பாடல்). வைணவத்தில் சங்கின் ஒலிக்குப் ‘பிரணவநாதம்’ என்று பெயர். வைணவத்தின் ‘வைகானஸ’ என்ற ஆகமம் தங்களின்

ஒவ்வொரு கடவுளர் அவதாரம் ஒவ்வொன்றும் தனித்தனியே தங்களுக்கென ஒரு குறிப்பிட்ட வடிவலங்காரச் சங்குகளைப் பாவித்ததாகக் குறிப்பிடுகிறது.

அதில், மகாவிஷ்ணு கையில் பாஞ்சன்யமும், நாராயணனிடம் பூமாவும், ரங்கநாதன் கையில் துவரியும், அனந்த பத்மநாபன் கையில் பாருதமும், பார்த்தசாரதி கையில் வைபவமும், சவுரிராஜன் கையில் துயிலமும், திருமலை வேங்கடன் கையில் மணிச்சங்கும், சுதர்ஸன ஆழ்வார் கையில் பார் சங்கும், கலியபெருமாள் கையில் வெண் சங்கும் இருப்பதாக வரிசைபடுத்துகிறார்கள்.

'வெள்ளிவிழிச் சங்கம் கேட்டிலையோ' என்று பாடும் வைணவரைச் சீண்டும் தீவிர சைவர்கள், "சங்கை ஊதிக் கெடுத்தான்' என்று குற்றப்படுத்துவதும் உண்டு. அதன் பிற்காரணம், பாரதப்போரில், அசுவத்தாமன் என்கிற யானை இறந்த செய்தியை, 'அஸ்வத்தாமா அதஹ.. குஞ்சரஹ'' என அறிவிக்கும் நேரத்தில் குறுக்கீடாகச் சங்கை முழங்கி, குஞ்சரஹ என்ற சொல்லைக் கண்ணன் அடக்கி விட்டார். விஷயம், போரில் அசுவத்தாமனே இறந்ததாகக் குழப்பத்தை ஏற்படுத்திவிட்டது என்பதுதான்.

மதம், வழிபாடு, பிறப்பும், இறப்பு, திருமணம் சண்டை ஆகிய சூழல்கள் எல்லாமும் சங்கின் நாதம் முக்கியத்துவம் பெற்றிருந்தது. அதிலும், தமிழகத்தில் எப்படி பெரும்பான்மையான இனக்குழுச் சமூகத்தின் திருமணச் சடங்கில் தாலி முக்கிய அடையாளமோ அப்படி வங்காளிகளுக்குச் சங்கில் அறுத்த வளையல்கள் மிக முக்கியமான மங்களப் பொருளாக இன்றும் இருக்கிறது.

தங்களது ஒவ்வொரு பண்டிகை காலங்களிலும் அவர்கள் பழைய வளைகளைக் களைந்து, தாலிச்சரடு மாற்றுவதுபோல புதிய சங்கு வளையல்களை அணியும் வழக்கத்தைக் கடைபிடிக்கிறார்கள். அதேபோல பெண்ணின் கணவன் இறந்துபட்டால் மரணச் சடங்குகளுக்குப் பிறகு சங்கு வளையல்களையும் சேர்த்தே எரியூட்டுகிறார்கள்.

திபெத்திய பௌத்த மதத்திலும் சங்கு அவர்களது அஷ்ட மங்களத்தின் முதல் அடையாளச் சின்னம். பௌத்தம் சங்கினைத் தங்கள் அறிவிப்பின் அடையாளமாகக் கருதியது. மகாவம்சம் எட்டுப் புனிதப் பொருட்களில் ஒன்றாக சங்கினைக் குறிப்பிடுகிறது. சமண தீர்த்தங்கரர்களான ஆதிநாதர், நேமிநாதர் இருவரின் உடமைகளாகத் தர்மச்சக்கரமும் சங்கும் கருதப்பட்டன. 9ம் நூற்றாண்டு சமணச்

சிற்பங்களில் இவ்விருவரது பீடங்களிலும் சங்குச் சக்கரம் பொறிக்கப்பட்டுள்ளது. தென் இலங்கையின் 'மாத்தற' மாவட்டத்தில் 1930ல் கண்டெடுக்கப்பட்ட சிறிய பலகை வடிவிலான பௌத்த கல்தூணில் தமிழ் கிரந்த எழுத்துகளோடு சங்கின் அடையாளமும் இடம்பெற்றிருந்தது.

சங்கு முத்திரை

தமிழகத்தில், வைணவர்கள் உபநயனம் செய்வித்து பூணூல் அணிவிக்கும்போது இடது வலது தோள்பட்டைகளில் முறையே சங்குச் சக்கர முத்திரைகளைச் செம்பு அச்சின் மூலம் சூடிடும் பழக்கத்தைக் கொண்டிருந்தனர். இதற்கு சமாட்சரணம் என்று பேர். சைவர்கள் மற்றும் பிற சாதியினரில் இருந்து வைணவத்தை ஏற்பவர்கள் கட்டாயமாக இச்சடங்கைப் பின்பற்ற வேண்டியிருந்தது. சங்கு முத்திரை இடும் குருமார்கள் சமூகத்தில் மதிப்புள்ளவர்களாக இருந்தார்கள். எண்ணிக்கையில் குறைந்த இவர்கள் ஊர் ஊராகச் சுற்றியும், மடங்கள் அமைத்தும் இம்முத்திரையை இட்டு உபநயனம் செய்வித்தனர்.

ஆண்கள் மற்றும் சிறுவர்களுக்கு தொப்புள், தோள்பட்டை மற்றும் மார்பிலும், திருமணமான பெண்களுக்கு இடது முன் கையிலும், பெண் பிள்ளைகளுக்கு மேல் வயிற்றிலும் சங்கு முத்திரைகளைச் சூடிட்டிருக்கிறார்கள். வங்காள வைணவர்கள் தங்கம், வெள்ளி, செம்பு, வெண்கலம், துத்தநாகம், ஈயம், இரும்பு, வெள்ளீயம் ஆகிய எட்டு தாதுக்களால் (அஷ்ட தாதுக்கள்) உருவாக்கிய அச்சில் இவ்வாறு சங்கு முத்திரைகளை இட்டுக் கொண்டனர். பறையர் சாதியினரில் இருந்து வைணவத்தை ஏற்பவர்களுக்கு பார்ப்பனர் அல்லாத தாசரிகள் இம்முத்திரையை இட்டனர்.

தமிழகக் கோயில்களில் பொட்டுக்கட்டிய தேவதாசிப் பெண்களுக்கு சங்கு முத்திரை இடப்பட்டுள்ளது. தக்காணப் பகுதிகளைச் சேர்ந்த போயர் இனப் பெண்களும் கோயில்களுக்குத் தங்களை அற்பணிப்பதை அறிவிக்கும் விதமாக சங்கு முத்திரை இட்டுக் கொண்டனர். கர்நூல் பகுதிகளில் பாசவி எனும் நாட்டியப் பெண்களுக்கு வலது கையில் அன்னப் பாத்திரமும், இடது கையில் கரும்பும் அளித்து அவர்களுக்கு சங்கு சக்கர முத்திரை குத்தப்பட்டிருக்கிறது. கேரளத்தைச் சார்ந்த தண்டன் சாதியினர் தங்களது கைகளில் சங்கு முத்திரை குத்திக் கொண்டனர்.

கண்ணேறு

அக்காலங்கலில் வீடுகள் கட்டும்போது அடிவாரக் குழிகளில் முதன்மையான பொருளாக சங்குகள் புதைக்கப்பட்டிருக்கின்றன. அவ்வாறு செய்யும்போது சங்குகள் வழமையை ஏற்படுத்தி, தீமையில் இருந்து காக்கும் என்பது நாட்டார் நம்பிக்கையாக இருந்துவந்துள்ளது. இப்பழக்கம் ரோமன் கத்தோலிக்கப் பரதவர்களிடம் இன்றும் காணப்படுகிறது. தூத்துக்குடியில் வாழும் பறையர் சாதியினர் இதுபோல, சங்குடன் பவளப்பாறை, சுண்ணாம்பு ஆகியவை சேர்த்து அடிவாரமிடும் பழக்கத்தைக் கொண்டிருக்கிறார்கள். பிற சாதியரில் கட்டப்பட்ட வீடுகளில் அவர்களது வளமையை அதிகரிக்க 45 நாட்கள் நீர் நிரம்பிய சங்குகளை வீட்டில் வைத்து பூசை செய்து அதைத் தரையில் புதைக்கிறார்கள். ராமநாதபுரம் பரதவர் வீடுகளின் நுழைவாயில் படியில் மேடு தெரியும் அளவுக்கு இவ்வாறு சங்குகள் புதைக்கப் பட்டிருக்கின்றன.

சங்கு கண்ணேறு தீர்க்கும் பொருளாகவும், மருத்துவப் பொருளாகவும் நாட்டுப்புறத்தில் இடம்பெறுகிறது. வளரிளம் சிறார்களைக் கண்ணேறுகளில் இருந்து காக்க, சங்குத் துண்டுகளில் செய்த வட்ட வடிவிலான ஐம்படைத் தாலியை அணிவிக்கிறார்கள். அவர்கள் இளையவரானதும் இந்தத் தாலி கழற்றப்படுகிறது. தலையாலங்கானத்துச் செருவென்ற பாண்டியன் நெடுஞ்செழியன் தன் ஐம்படைத் தாலியைக் கழற்றும் வயதுக்கு முன்பே தன் எதிரிகளை அழித்தான் என்கிறது புறநானூறு. சங்கின் முனைப் பகுதியை வட்டமாக அறுத்து மோதிரமாக அணியும் பழக்கம் இன்றும் கேரளப் பகுதிகளில் வாழும் முக்குவர்களிடமும், மொகயன், தியன் சாதியரிடம் காணப்படுகிறது. செருமார்களும், மலைவேடர்களும் சங்கினைத் தாயத்தாக அணிகிறார்கள்.

பெண் பிள்ளைகளுக்கு முகப்பருக்கள் தென்பட்டதுமே, அவளுக்கு சங்குத் தாயத்து கட்டிவிடும் பழக்கம் பறையர், பள்ளர், வலையர், செட்டி, கொல்லர், ஆசாரி, தட்டார், நாயுடு, இடையர், சாளுவர் ஆகிய சாதியரிடம் இருந்துள்ளது. தூத்துக்குடி கத்தோலிகர்கள் சங்குப்பூவை குழந்தைகள் கையில் கட்டிவிட்டிருக்கிறார்கள். கால்நடைகளின் நெற்றி, கழுத்தில் சங்குகள் கட்டும்போது அவை கண்ணேறுகளில் இருந்து விடுபடும் என்பது நம்பிக்கையாக இன்றும் இருந்துவருகிறது. ஆந்திர மாநிலத்தில் சங்குகளை மாலையாக கால்நடைகளுக்கு அணியும் முறை உள்ளது. கேரளாவில் கொம்புகளில் சங்கு கட்டுகிறார்கள். இவ்வாறு சங்குமாலை, சங்குப்பாசி, ஐம்படைத்தாலி,

சங்கு தாயத்து, மோதிரங்கள் அணிவிப்பது தீய சக்திகளிடம் இருந்து தங்கள் பிள்ளைகளைக், கால்நடைகளைக் காப்பாற்றும் என்பது பார்ப்பனரைத் தவிர்த்த அனைத்து தமிழ்ச் சாதியினரிடமும் வழக்கத்தில் இருந்துள்ளன.

05

கீழக்கரை பஜார்

சங்குகள் குறித்த என் தேடலைப் புரிந்துகொண்ட முக்குவர் சமுதாயத்தைச் சேர்ந்தவரான இஸ்லாமிய நண்பர் ஒருவர் மூலமாக, கீழக்கரையின் பழைய குத்பா பள்ளி தெருவின் அஞ்சு வாசல் கிட்டங்கி, முஸ்லீம் பஜார், ஜமாலியா சங்கு கொள்முதல் மண்டி, புது கிழக்குத் தெரு எனச் சங்கு வணிகம் நடைபெறும் இடங்கள் அறிமுகமாகின.

நண்பர் என்னை அவரது கிட்டங்கிக்கு அழைத்துச் சென்றார். அந்த அகலம் குறைந்த நீண்ட பாதையின் இருபக்கமும் தேங்காய் பருமனுள்ள விதவிதமான சங்குகளைச் சுரண்டியும் தேய்த்தும், அமிலத்தில் கழுவியும் வழவழப்பாக்கிக் கொண்டிருந்தார்கள் ஆண்கள். இன்னொரு புறம் பெண்கள் சிலர் பட்டி, ஜாதி என இரண்டு வகையான சங்குகளையும் (இடம்புரி) பாலீஷரில் தேய்த்து வழவழப்பேற்ற அந்தச் சூழல் முழுக்க சுண்ணம் படிந்த வெள்ளைப் புழுதியெனக் காட்சியளித்தது.

புறப்படும்போது, கரீபியன் கடற்கரையில் நானூறு வருடங்கள் முன்பாகக் கண்டெடுக்கப்பட்ட பழமை வாய்ந்த ராணிச்சங்கு (Queen Conch) ஒன்றை எடுத்து மேசையில் வைத்தார். இளஞ்சிவப்பும் மஞ்சளுமாக ஒரு சவளைக் குழந்தையின் தலை அளவுக்குப் பெரிதாக இருந்த அந்தச் சங்கினை விநோதமாகப் பார்த்துக் கொண்டிருந்தேன். அதன் அன்றைய வணிக மதிப்பு சில லட்சங்களில் இருக்கலாம். பஹாமாஸ் போன்ற தீவு நாடுகளின் கடற்கரையில் ஆண்டுக்கு நூற்றுக் கணக்கான டன் எடையில் இந்த ராணிச் சங்குகளில் வியாபாரம் நடக்கிறது. பாரம்பரியமாக சங்கு வர்த்தகத் தொழிலில் ஈடுபடுபவர்கள் தங்கள் இதனைத் தங்கள் பெருமிதத்தின் அலகாகப் பராமரிக்கின்றனர் என்பதை அவர் பேச்சில் இருந்து புரிந்து கொண்டேன்.

கி.பி80ம் ஆண்டுகள் முதலே பெரிப்ளூசும், தாலமியும், இனிகோ பிளஸ்டாஸ் இந்தியக்கடற்கரைகளின் பக்கம் வந்தபோது, கீழக்கரையில் நடைபெற்ற சங்கு முத்து வணிகங்கள் குறித்து எழுதியிருக்கிறார்கள். கிபி.7ம் நூற்றாண்டளவில் மாலிக் இபுன் தீனார் குமரிக்கு வருகை புரிந்தபோது, அவரோடு வந்த அரபு வணிகர்கள் வழியாக மேலைக்

கடலிலும் சங்கு வர்த்தகம் பெருகியது. குமரி, கோவளம், கீழக்கரை வேளாங்கண்ணி, சென்னை உள்ளிட்ட கடற்கரைப் பிராந்தியங்களில் கொள்முதல் செய்யப்படும் சங்குகள், கொல்கத்தா, அகர்தலா (திரிபுரா), வங்காளம் ஆகிய பகுதிகளுக்கு ஏற்றுமதி செய்யப்படுகின்றன. அங்கே இவை கைவினைப் பொருள்களாக மாற்றப்பட்டு உலகெங்கும் விற்பனைக்கு கொண்டு செல்லப்படுகிறது.

*2018*ம் ஆண்டு அக்டோபரில் மணிப்பூர் மாநிலம் இம்பாலில் நடைபெற்ற, அகில இந்திய இளம் எழுத்தாளர்கள் கருத்தரங்கில் கலந்துகொள்ளச் சென்றபோது, மேற்குவங்கத்தில் உள்ள சங்கு வணிகக் கலைக்கூடங்களை நேரே சென்று அறிந்துகொள்ள, தோழரும் வங்காளக் கவிஞருமான கவுசிகி தாஸ் குப்தா உதவி செய்திருந்தார். பத்துக்குப் பத்து சதுர அடி கொண்ட தனித்தனிக் கூடங்களில், ஆயிரக்கணக்கான தொழிலாளர்கள் இயந்திரங்கள் மூலம் சங்கு வளையல்கள் அறுத்துக் கொண்டிருந்தார்கள். அவை ஒவ்வொன்றின் பெயர்களையும் கேட்டறிந்து குறித்துக் கொண்டபோது, இச்சங்குகள் எந்தெந்த கடற்கரைப் பகுதியில் விளைகின்றனவோ அதைவைத்தே அவைகளுக்குப் பெயரிடப்படுகின்றன எனப் புரிந்து கொண்டேன்.

சங்கு வகைகள்

சங்குகள் பொதுவாகத் தாவர உண்ணி மற்றும் மாமிச உண்ணி என உண்பதில் தொடங்கிச் சங்குகளின் அமைப்பு, இயக்கம் ஆகியவற்றை வைத்து, லாம்பிஸ், ஒலிமா, டர்புனில்லா, டிபியா குர்டா, சைபேர் டிக்ரிஸ், சைபேர் மாரிடியஸ், பாலியும், டோனா, கானூஸ், பிபிலெக்ஸ், புர்ஷா, புசிகான், ஃபாஸியோலாரியா, அக்கர் என்று இந்தியக் கடலோரங்களில் கிடைக்கும் சங்குகளுக்கு பதினைந்து விதமான பெயர்கள் உண்டு. ஆனால் மக்கள் மொழியில் அதன் உருவ அமைப்பு நிறங்கள், கடினத்தன்மை ஆகியவற்றைக் கொண்டு பலவகைப் பெயர்கள் வழங்கப்படுகிறது.

அவை, மணிச்சங்கு, துவரிச் சங்கு, பாருதச் சங்கு, வைபவச் சங்கு, பார் சங்கு, துயிலாச் சங்கு, வெண்சங்கு, பூமா சங்கு ஆகிய எட்டு வகைகளும், கரைச் சங்கு, காரைச் சங்கு, கோழிச் சங்கு, புறாச்சங்கு, நத்தைச் சங்கு, தேள் சங்கு, ஊதிச் சங்கு, பஞ்சு சங்கு, தாழஞ்சங்கு, முள்ளஞ்சங்கு, கிளாச்சங்கு, குழாய் சங்கு, குருவிச் சங்கு, சொறிச் சங்கு, பலகறை, பால், முள்ளி, யானை முள்ளி, குதிரை முள்ளி, வேம்பூ, வாழைப்பூ, வெண்பூண்டு, முண்டஞ்சங்கு, ஈட்டிச் சங்கு, பேய்ச்சங்கு, பெருமாள் சங்கு, கோபுரச் சங்கு, கொட்டைக்காய்

சங்கு, இராவணன் சங்கு, வெள்ளைவாயன், வெள்ளை விரிஞ்சான், செவ்வாயன், ஓலை வாயன், ஆறுவிரல், ஏழுவிரல், சிலந்தி, நரித்தலை, மாட்டுத்தலை என்று மனம்போக்கில் போய்க்கொண்டே இருக்கிறது.

விடுதலைக்கு முன்பு வரை இச்சங்குகளை இலங்கைக் கடல்வரைக்கும் சென்று குளித்தெடுக்கும் தொழிலாளர்களாக இந்திய மீனவர்களே இருந்துவந்தார்கள். இலங்கை தனிநாடாக ஆனபிறகு அப்பகுதியில் சங்குக் குளிப்பு நின்றுபோனது. தற்காலத்தில் தமிழகம், கேரளா, குஜராத் பகுதிகளிலே சங்கு குளிப்பு குறைந்த அளவில் நடைபெற்று வருகிறது.

வலம்புரிக் கடத்தல்

பத்திரிகையில் செய்தியாளராகப் பணிபுரிந்த காலகட்டத்தில், காஞ்சிபுரம் பகுதியிலுள்ள பழமைவாய்ந்த கோவிலில் இருந்து, வலம்புரிச் சங்கு ஒன்றை தூத்துக்குடி வழியாகக் கடத்த முற்பட்ட இருவரைக் குறித்து பத்திரிகை நண்பர் ஒருவர் மூலம் தகவல் தெரிய வந்தது. கோயில் திருவிழாக்களில் பூசைகளுக்குப் பயன்படுத்தி வந்த 5.103கி.கி எடைகொண்ட அந்த வலம்புரிச் சங்கினை 50 ஆயிரத்துக்கு விற்றவர் அந்தக் கோயிலின் அர்ச்சகர். வாங்கியவர் திருச்சியைச் சேர்ந்த இஸ்லாமியர். கடத்தப்படவிருந்த இடம் தாய்லாந்து.

இலங்கையில் போலியாகத் தயாராகும் வலம்புரிச் சங்குகள் போன்ற போலியான மெல்லுடலிகள் குறித்து நண்பர் சொன்ன விஷயம் சுவாரசியமாக இருந்தது. கிராமுக்கு 10ஆயிரத்திலிருந்து 15ஆயிரம் வரைக்கும் விலை நிர்ணயிக்கப்படும் அசல் இந்திய வலம்புரிகளைப் போலவே தோற்றத்தில் ஒத்திருக்கும் ஆப்ரிக்க எதிர்சுழற்சிச் சங்குகளையும், சுண்ணாம்பு உடலிகளையும் வலம்புரிச் சங்குகள் போலவே வடிவமைத்து, உண்மையான வலம்புரிச் சங்கின் வீடியோவைக் கண்ணில் காட்டிவிட்டு, காசு கைமாறியதும் போலியை வாங்கியவர் தலையில் போலியைத் தலையில் கட்டும் வேலைகள் இலங்கைத் தீவில் ஜரூராக நடந்துவருகிறது. தாங்கள் ஏமாந்தது தெரியாமல் கிழக்கிந்திய நாடுகளில் பலப்பேர் அதனைப் வீட்டில் வைத்துப் பூஜித்தும் வருகிறார்கள்.

சங்குக் குளித்துறை

1960களுக்குப் பிறகு மன்னார் கடலில் முத்துக் குளித்தல் நின்றுபோனது. அதே காலகட்டத்தில் தூத்துக்குடியில் மட்டும் 30ஆயிரம் சங்கு குளிப்பவர்கள் இருந்தார்கள். வன உயிரின சட்டம் 1972ன் கீழ்

52 அரிய வகைக் கடல் வாழ் உயிரினங்களைப் பிடிக்க விதிக்கப்பட்ட தடையில் குறிப்பிட்ட சில சங்கு வகைகளும் அடங்கியபிறகு, சங்கு குளிப்பு குற்றத் தொழிலாக மாறியது. மேலும் ஆபத்தான உடலுழைப்பு, பாதுகாப்புக் கருவிகளின்மை, ஆழ்கடல் இறப்பு மற்றும் வலம்புரிச் சங்குகளுக்கான சட்டவிரோத கடத்தலும் சேர்ந்துகொள்ள சங்குக்குளிப்பு கைவிடப்படும் தொழிலாக மாறத் துவங்கியது.

உண்மையைச் சொன்னால், சங்குகள் பற்றி உலவும் நொடிக்கதைகள் பலவும் அறிவியல் ஏற்றுக்கொண்டதில்லை. கடவுள்போல வலம்புரிச் சங்குகளின் வாய்முழக்கமும் நிருபிக்கப்படாத ஒன்று. இருந்தும் அவைத் தமிழ் பண்பாட்டின் தொன்மத்தில் ஆழ வேரூன்றி இருந்த கடலுயிர். இருந்தும் அவை நம்முடைய கரைகளைத் தேடி வராமல் போனால், தங்கப் பாறை தேடி தண்ணீரில் குதிக்கும் மனிதர்களின் கதைகளை அவை அறிந்திருக்கின்றன என்பதுதானே அர்த்தம்! எந்தக் காலத்திலும் எந்தக் கடற்கரையூரின் திசை வாயில்களிலும் இச்சங்கினைகள் கரையொதுங்கிக் காமம் புணராமலே போகட்டும். ஆனால் நம்முடைய கடலை, நமது கரையை, உயிர்ப்போடு வைத்திருக்க இத்தொன்மங்களும், தொழில்களும் எப்போதும் நமக்கு முக்கியத்துவம் வாய்ந்தவை.

◉

மடவார் அல்குல்

தமிழக நாட்டார் கதைகளில், பெண்ணின் பாலுறுப்பைக் குறிப்பொருளாக உணர்த்திச் சொல்லப்பட்டக் கதைகள் எக்கச்சக்கம். அக்கதைகளில் இடம்பெறும் கதை மாந்தர்களின் அறிவுநிலை மற்றும் சூழ்நிலைகளுக்குத் தக்க, அப்பாலுறுப்புச் சொற்களை நாசூக்காக பல்வேறு உவமைகளுடன் புனைந்து சொல்லியிருப்பார்கள் நம்முடைய கதைசொல்லிகள். அப்படியான சொற்களைத் தொகுக்கும்போது, பெண்ணின் பாலுறுப்புக்கு இணையாக அகழி, அக்குள், இருள், உதடு, உரல், ஓட்டை, கதவு, கறி, கிண்ணம், கிளிஞ்சில், குகை, குய்யம், குழாய், குழி, கூடு, கூண்டு, கூதி, கோட்டை, கோடு, சந்து, சாமான், சாலை, சினை, சிறுநிலம், தாழ்நிலம், துவாரம், தேன்குடம், தோட்டம், நடுநிலம், பழம், பாத்திரம், பாதை, பானை, பிளவு, புண்டை, புழை, பூ, பூனைக்குட்டி, பெட்டி, பை, பொச்சி, பொந்து, மத்தளம், மல்லிகை மொட்டு, முகை, மூக்கு, மேடை, லாடம், வட்டம், வயல், வழி, வளையம், வாய்.. என விதவிதமான உவமைகள் சிக்கின.

எழுத்தாளர் கு.அழகிரிசாமி, வயோதிக தேவதாசி ஒருவரைச் சந்தித்து, அவரிடம் 'அசைவ' ரக நாட்டிய பதங்கள் குறித்துக் கேட்டு எழுதினாராம். அதில், கிளிட்டோரிஸைப் பற்றிக் குறிப்பிடும்போது, "பண்டத்தின் மூக்கு" என்று குறிப்பிடுகிறார். நெல்லை வட்டாரத்தில் கதம்பமாகப் பேசும்போது, அதைப் 'பருப்பு' என்பார்கள் பெருசுகள். கரிசல் வட்டார கி.ராஜநாராயணன் அதனைக் 'கொள்ளு' என்பார். "எலே கொள்ளு கடிச்சான்" என்பது அங்கத்தியில் வழங்கும் ருசிகரமான வசவுச் சொல். அந்த வட்டாரத்தில் இருந்து கிளம்பிவந்த பாரதி தன் கவிதைகளில் 'பரவை அல்குல்' என்று வருணிக்கிறான். நம் திரையிசைப் பாடலாசிரியர்களும் தங்கள் பங்குக்கு 'மல்லிகை மொட்டு" என்றெல்லாம் கூடப் பாட வைத்திருக்கிறார்கள்.

ஆங்கிலத்தில், ஷேக்ஸ்பியர் தன்னுடைய படைப்புகளில் பெண்களின் இந்த அந்தரங்க உறுப்பினைக் குறிக்க, அதற்கிணையான 68 தனிச்சொற்களைப் பயன்படுத்தியிருக்கிறார். அதேபோல

ஆண்குறிக்கும் கூட 45 சொற்களைக் கையாண்டிருப்பார். ஷேக்ஷ்பியருக்கு நேர் வார்த்தையாக CUNT எனச் சொல்ல அவ்வளவு கூச்சம். அதனாலே பின்னாட்களில் அவர் பயன்படுத்திய இந்தச் சொற் பிரயோகங்களுக்குப் பொருள் தெரிந்து கொள்ள ஒரு தனி அகராதியை உண்டாக்கினார்கள்.

இந்த விஷயத்தில் ஷேக்ஸ்பியரைவிட விட அதிகமான மாற்றுச் சொற்களைப் பயன்படுத்தியவர் கிளிலேண்ட் என்கிற ஆங்கிலேயக் கிழக்கிந்தியக் கம்பெனி அதிகாரி. இவர் தன்னுடைய 'Memories of a woman of Pleasure' என்ற நூலில் நினைத்த மாதிரியெல்லாம் பெண் பாலுறுப்புக்கு வேறு பெயர்களைச் சூட்டியிருக்கிறார். நாளடைவில், 'எது எதைக் குறிக்கிறது; எது அதைக் குறிக்கிறது' என்று கண்டுபிடிக்கவே முடியாமல் போனதாகச் சொல்லப் படுகிறது.

தற்காலத்தில் யோனி என்ற சொல் கவிதைகளில் அதிகம் புழங்குகிறதுண்டு. சங்கக் கவிதை புரிந்தவர்கள் 'அல்குல்' என்ற தலைப்பைக் கண்டதுமே விசயம் பிடித்திருப்பார்கள். ஆனால், அல்குலின் பொருட் பதம் வேறு என்று வாயாடுபவர்கள் உண்டு.

ஆக, இந்தக் கட்டுரை பெண் பாலுறுப்பைக் குறிக்கும் சொற்களில் இலக்கிய முக்கியத்துவம் வாய்ந்ததாகவும், பொருள் திரிந்து உரை செய்யப்பட்ட 'அல்குல்' என்ற சொல்லரசியலையும், அல்குல் வழிதோன்றிய உலகலாவிய வேர்ச்சொற்களையும், பெண் பாலுறுப்பு தொடர்புடைய நம்முடைய தமிழ் தொன்மங்கள், நாட்டார் நம்பகங்கள், தெய்வ வழிபாடுகள், வேளாண் விழாக்கள், இயன்முறைச் சடங்குகள், அதன் மீது கட்டமைக்கப்பட்டுவிட்ட உளவியல், பாலியல் நூற்குறிப்புகள், பிறகு, வழிபாட்டு அம்சத்திலிருந்து சிதைத்தொழிக்கும் நிலைக்கு ஓர் உடலுறுப்பு நகர்ந்து வந்திருக்கும் வரலாறும், அதன் மீதான பண்பாட்டுத் தாக்கங்ளையும் தயக்கங்கள் களைந்து உரையாட முயல்கிறது.

சொல் வேறு பொருள் வேறு

அல்குல் என்ற சொல்லைப் பிரித்துப் போட்டால், அல்= இருட்டு; குல்=குழிந்த என்றும் பொருள் தரும். 'அல்கு' என்ற சொல்லுக்குச் சுருங்குவது, குறுகுவது, நிலைப்பது, தங்குவது, சேர்வது, சேமிப்பது என்ற வினைகளைச் சுட்டிக் காட்டுகிறது. அல் என்ற சொல்லில் இருந்தே அலி என்ற சொல் பிறந்தது. அல்குல் இல்லாதவள் அலி. அல்+இ = அலி. கூடவே, 'ஆ' என்ற சொல் தொடக்கத்தையும், பெண் பாலுறுப்பையும் ஒருசேரக் குறிக்கும் சொல்.

ஆ'லிங்கனம்– ஆ இலங்கும் (லிங்க) குறியில் காணப்படும் அடிப்பகுதி. உலை=வாயகன்ற கலம். பிறப்பின் தொடக்கம் (ஆ+உல்).

மதங்கள் நிறுவனமாகத் தலைதூக்கத் துவங்கிய காலகட்டத்தில், பாலியல் என்பது எதிர்மறை அம்சமாகக் கருதப்பட்டது. உடல், காமம் குறித்தான கொண்டாட்டங்கள் புறந்தள்ளப்பட்டன. உடலை வருத்தி தவமிருப்பதும், உடலைத் துறப்பதன் மூலமே வீடுபேறு அடைய முடியும் என்ற கருத்து உருவாக்கமும் பாலியல் சங்கதிகளைக் குறித்து அவலமான தோற்றத்தை ஏற்படுத்தின. இதில் பெண்ணுடல் மீது நிகழ்த்தப்பட்ட வன்மம் பால் உறுப்புச் சொற்களின் மீதும் வெளிப்பட்டது.

தமிழ்ச் சங்க இலக்கியங்களில், அகலெழில் அல்குல், அங்கரவு அல்குல், ஐதுஅகல் அல்குல், தொடலை அல்குல், திதிலை அல்குல், வரி அல்குல், மாவரி அல்குல், மடவார் அல்குல், பையரவு அல்குல் நிறை அல்குல், பசுங்கால் அல்குல், புரல்வரும் அல்குல் ஏந்துகோட்டு அல்குல் என இருபால் புலவர்களும் வெவ்வேறு விதவிதமாக அல்குலைப் பாடி இருக்கிறார்கள். பிற்காலத்தில் அவற்றைத் தொகுத்து, உரைபடுத்திப் பதிப்பித்தவர்கள், அவரவரது சமூக மதிப்பு, கலாச்சாரப் பாதுகாப்புணர்வு, கருத்தியல் ஆகிய வட்டங்களுக்குள் நின்று சொல்வேறு பொருள்வேறு என்று ஆக்கினர்.

இவைபோலவே சங்கப் பிரயோகங்களிலும், நாட்டுப்புறத்திலும் பெண் பாலுறுப்பு குறித்த வர்ணனைகள் ஏகபோகம். அவற்றை இன்னது இவற்றிற்கு என்று பொருள் என்று உரை படுத்துவது, அவற்றைத் தொகுத்தவர்கள் கொடுத்த விளக்கங்களை முன்வைத்தே உண்டானது.

உதாரணமாக, காலத்தால் மிகப்பழமையானது என்று பொழுதுக்கும் திரித்துச் சொல்லப்படும் ரிக்வேதத்தை எடுத்துக் கொள்ளலாம். ரிக் வேதத்தில் வரும் இந்திராணி, "புணர்ச்சியின்போது 'தொடை'யைத் தூக்கித் தருபவள் என்னைவிட எவளும் இல்லை. எவன் உறுப்பு மயிர் அடர்ந்து, பெரிதாகி ஆற்றலை வெளிப்படுத்துகிறதோ அவனே என்னுடனான புணர்ச்சிக்குத் தகுதியானவன். அதன்படி, இவ்வுலகில் இந்திரனே பெரியவன்" என்கிறாள்.

கம்பராமாயணம் பாடிய கம்பர், 'அவனே கொல் என்று அய்யம் நீங்கினாள். வாமமேகலை இற வளர்ந்தது அல்குலே' என்று ராமனை அறிந்ததும் சீதையின் அல்குல் வளர்ந்தது என்கிறார். கூடவே, 'தார் ஆழிக் கடல்சார் அல்குல், தேர் இவை பழிபடப் பரந்த பேர் அல்குல்'

என்று சீதையின் 'இடையைக்' கடலுக்கும், தேருக்கும் ஒப்பாக்கி எழுதுகிறார்.

சங்க இலக்கியங்கள் முதல் வேதங்கள், இதிகாசங்கள், புராணங்கள், பக்தி இலக்கியங்கள், பெரும், சிறுகாப்பியங்கள், கலம்பகம், நிகண்டுகள், சிற்றிலக்கியங்கள், சித்தர் பாடல்கள், உரைநடைகள் வரைக்கும் எழுதப்பட்ட ஆவணமாகக் கிடைக்கும் தமிழ்ப் படைப்புகள் யாவும் வேறுவேறு காலகட்டத்தில் வாழ்ந்த வெவ்வேறு புலவர்களால், ஆசிரியர்களால் இயற்றப் பட்டவை. குறிப்பாகச் சங்க இலக்கியங்களாகக் கருதப்படும் மொத்தமேயான 36 நூல்களில் 50 சதவிகிதமாக இருக்கும் பதினெண் கீழ்க்கணக்கு நூல்கள் பெரும்பாலும் ஐந்து முதல் ஏழாம் நூற்றாண்டுகளில் சமணர் இயற்றியவை. இக் கீழ்க்கணக்கு நூல்களில் பல 19ஆம் நூற்றாண்டில் அச்சுப் பதிப்பில் வந்தன. அவற்றில் பெரும்பாலான நூல்களுக்கு உரைகள் இல்லை. அந்நூல்களின் பதிப்பாசிரியர்கள் வேறுவழி–யின்றி, தாங்கள் அறிந்த பண்டிதர்களைக் கொண்டு அவற்றுக்கு உரை செய்தனர்.

கீழ்க்கணக்கு நூல்களைப் போலல்லாமல் காலத்தால் முந்தைய (அல்லது காலம் கணிக்கப்படாத) எட்டுத்தொகை நூல்களில் ஒன்றான அகநானூற்றுப் பாடல்களைத் தொகுத்தவர் மதுரை உப்பூரிகுடி கிழார் மகன் உருத்திரசன்மர். தொகுக்கச் செய்தவர் கடைச்சங்க பாண்டிய மன்னன் உக்கிரப் பெருவழுதி. எட்டுத்தொகையின் ஐங்குறுநூற்றைத் தொகுத்தவர் கூடலூர் கிழார், தொகுக்கச் செய்தவர் மாந்தரஞ் சேரல் இரும்பொறை எனும் சேரமன்னன். கலித்தொகையும் கூட நல்லாந்துவனார் மற்றும் பலரால் இயற்றப்பட்ட பாடல்களைக் கொண்டது என்றே ஓர் வாதமிருக்கிறது. இப்படி வெவ்வேறு நிலப்பரப்புகளில், மாறுபட்ட வாழ்க்கை முறையைக் கொண்ட மக்களின், மன்னனின் வாழ்க்கையைப் பாடிய புலவர்களின் பாக்கள் பலகாலங்கள் கழித்துச் சேகரிக்கப்பட்டு, அங்கும் இங்குமாக இடைச்சொருகலும் பண்ணப்பட்டு, நூலாகின.

அந்நாட்களில் இந்தப் பதிப்பு விசாரங்கள் கொடுத்த பெருமிதங் களால் சிலபல போலிகளும் கூட தமிழ் இலக்கியத்துள் ஊடுருவினது உண்டு. உதாரணமாக, திருநெல்வேலி சுவர்ணம் பிள்ளை என்பவர் தனக்குக் கிடைத்த பழம்நூல் என்று 'ஊசிமுறி' என்ற நூலைத் பேராசிரியர் நமசிவாய முதலியாரிடம் தெரிவிக்கிறார். அவர் அதனைப் பொருள் கொடுத்து வாங்கி ஆராய்ந்தபோது, அது போலி என்று தெரிந்து

கிழித்து எறிந்திருக்கிறார். நமச்சிவாய முதலியார் மாதிரியானவர்கள் போலிகளை சிலவேளைகளில் கிழித்தெறிந்தார்கள். அவ்வளவுதான் சொல்லமுடியும்.

இந்தச் சூழலில் சங்க நூல்களுக்கு உரை எழுதி பதிப்பித்தவர்களில் குறுந்தொகையைப் பதிப்பித்த திருக்கண்ணபுரம் சௌரி பெருமாள் அரங்கனார் தன் கலாசாரக் கருத்தின்படி, 'அல்குல்' என்ற சொல்லை அறவொழித்து, மருங்குல் எனப் பதிப்பித்ததாகப் பெருமையே பட்டிருக்கிறார். இன்னும் ஒருபடி மேலாகப் போய், அகராதி செய்வோர், இச்சொற்களுக்கு மக்களுக்கே அர்த்தம் தெரியும் என்பதால் விட்டுவிட்டோம் என்கிற ரீதியில் சொல் தூய்மை கடைபிடித்தனர். வேறு சிலர் அல்குல் என்பதற்கான அர்த்தத்தை மாற்றிச் சொன்னால் ஆகிறது என்று அருஞ்சொற்பொருளில் கைவைத்தார்கள். ஆக, இப்பண்டித உரையாசிரியர்களின் அடிப்படைவாதக் கருத்துகள், நூல் பரிச்சயமின்மை, அன்றைய கலாசாரச் சூழல், அரசு, மதம், மற்றும் சமூக வாழ்நிலை ஆகிய காரணங்களினால் இலக்கியங்களில் சொல்லொன்று பொருளொன்று என்று கதை கட்டினார்கள். இதற்கு ஸ்மார்த்த வேதங்களும் தப்பவில்லை.

ரிக் வேதத்தில், இந்திராணி புணர்ச்சியின்போது, தூக்கித் தருவதாகச் சொல்லுவது 'தொடை' என்று அதன் ஆங்கில மொழிப் பெயர்ப்புக்கான உரையில் இடம்பெற்றிருக்கிறது. கம்பன் பாடல்களில் வரும் சீதையின் அல்குல் வர்ணனை அவளின் இடையைக் குறிப்பதாகச் சமயவாதிகள் வாதிட்டார்கள். ஆனால், கம்பனும், இந்திராணியும் குறிப்பிட்டுச் சொல்லும் அல்குல் சொற்பதம் தொடையுமல்ல இடையுமல்ல அது 'பெண்ணின் பாலுறுப்பு' தான். இதனை உலக மொழிகளின் வேர்ச் சொற்களைக் கொண்டே புரிந்துகொள்ள முடியும்.

வேர்சொற்கள்

கிறிஸ்து பிறந்த காலக் கட்டம் முதல் இன்றுவரை பயன்பாட்டில் உள்ள அல்லது வழக்கொழிந்த உலக மொழிகளின் பல சொற்கள் நேரடியாகத் தமிழ்தன்மை உடையவை. அவற்றுள் பெண்ணின் 'அந்த' உறுப்புச் சம்பந்தமானச் சொற்களுக்கு லத்தீனில் வல்வா, புடேர் (Pudere) என்றும், ஆங்கிலத்தில் கண்ட், வெஜினா, புடண்டா, புடெஞ்சி, புடெண்டா என்றும், ஜெர்மனியில் குண்டே, டட்சில் குண்டே, எபிரேயம் காட் என்றும் பேர் சொல்லப்படுகின்றன. இவற்றில் ஒலி மற்றும் அர்த்தப்பூர்வமாகப் பகுக்கும்போது, லத்தீனின் வல்வா, 'உல்வா'—க்குத் தொடர்புடையது எனலாம்.

உல்வா என்பது பெண் பாலுறுப்பு. லத்தீன் வல்வாவும், கிரந்த உல்வாவும் அல்குலின் இணைப்பிறவிகள். ஆங்கிலச் சொற்களான 'Cwithe', 'Pudenta', 'Pudendum', 'Cunt', 'Vagina' ஆகிய சொற்கள் தமிழின் புண்டை, கூதி, யோனி ஆகியச் சொற்களின் ஒலி உறவோடு கிளம்பியவை. இதில் கூதி என்ற சொல் கூர்மை, ஆழம் எனப் பொருள் கொண்டது. புண்டை என்பது விடாய் காலங்களில் பெண்ணுறுப்பில் ஏற்படும் ரத்தக் கசிவை புண் காயங்களின் ரத்தக் கசிவோடு தொடர்புபடுத்தி உண்டான சொல். பெண், பெண்டு, புண்டை, புணர் என்ற தொடர்புகளும் அதற்குண்டு. யோனி அல்குலின் ஆழத்தைக் குறித்து உருவான சொல். அதற்கு உறை என்றும் பாதை என்றும் இருவேறு பொருள்கள் உள்ளன.

"தாயாகப் போகிறவளே உன் யோனியைப் பிளந்து, விரித்துத் தாயையும் சேயையும் பிரிப்பேன். உன் கருப்பைக் கீழிறங்கும்" என்று பிறப்பைக் குறிப்பிடும் பாடல் ஒன்று அதர்வ வேதத்தில் இடம்பெற்றுள்ளது. ஆனால், வழக்கில் உள்ள ஆங்கில மொழிபெயர்ப்புகள் இச்சொற்களை வேதப் புனிதம் கருதி அகற்றவே விரும்பினர்.

பெண் உறுப்பின் மேல்ப் பாகத்தின் பெயர் அல்குல், அதன் பாதைக்குப் பேர் யோனி, அதன் உட்பகுதி யோனி சுவர், அதன் சுரப்புக்கு சோணிதம் (ஆண் சுரப்புக்கு விந்து, இந்திரியம், இரேதஸ் என்று பெயர்களுள்ளது போல் பெண்ணுக்கும் உண்டு). இந்த யோனியின் வெளி மற்றும் உள் தசை மடிப்புகளையே வடிவ அலங்காரங்களைக் கருதி மாவரி அல்குல், மடவார் அல்குல், திதிலை அல்குல், கோடேந்து அல்குல், பையரவு அல்குல், பசுங்கால் அல்குல் என உவமை பாடினர் கவிஞர்கள்.

மாறாக அல்குல் என்ற சொல் பாலுறுப்பை அல்லாமல், ஆண் பெண் இருபாலரின் புட்டம் என்றும், மடி என்றும், கண் இமை என்றும் வேறு உடல் உறுப்புகளைச் சுட்டுவதாகக் குறிப்பிடுவது பண்டைய பண்டிதமணிகளின் இலக்கியத் தூய்மைவாதத்திற்கு வேண்டுமானால் உதவக் கூடும்.

பெண் பாலுறுப்பு: உளவியல் பார்வைகள் - நம்பிக்கைகள்

தமிழில் வழங்கப்படும் வசைச் சொற்களைச் சேகரிக்கும் முயற்சிகளை நானும் என்பங்குக்கு ஒருசமயம் மேற்கொண்டதுண்டு. அப்போது, அவற்றில் பெண் பாலுறுப்பையும், பெண்ணுடன் மேற்கொள்ளும் உடல் மற்றும் உறவு வழக்கங்களையும், அதன் பிறப்பு

விளைவுகளைக் குறித்துமே பெரும்பாலான சொற்கள் புழங்குவதை அறிந்துகொண்டேன். மானுடவியல் ஆய்வாளர்களும், இனக்குழு ரீதியில் வாழ்க்கை ஒழுக்காறுகளைக் கவனிக்கும்போது, இந்தப் பாலியல் ஒழுங்கு பற்றிய கீழ்மையான எண்ணங்களை வெளிப்படுத்தத் தவறுவதில்லை. இந்த உளவியல் எங்கிருந்து துவங்கியது? நேரடி பதிலில்லை.

அடிப்படையில் நானும் எதிர்பாலினமான பெண்ணின் உடல் குறித்தும், பருவம் எய்துதல், பூப்பு, வளர்ச்சி மாற்றங்கள், ருது நாட்கள், சூல், பேறு குறித்த அறியாமைகளோடு வளர்ந்த தலைமுறையைச் சேர்ந்தவனே. ஆனால், காலத்தே சென்றுசேர்ந்த நாட்டுப்புறவியல் ஆய்வுக் களங்களும், கதைசொல்லிகளும் மானுட உடல் மற்றும் உறவு குறித்த அறிவைப் பெறுவதற்கும், அதில் பால் வித்தியாசங்களைப் புரிந்துகொள்வதற்குமான வாய்ப்புகளை ஏற்படுத்தித் தந்தார்கள். ஒருகட்டத்தில் கதை சொல்வதை விட்டுவிட்டு, அந்தக் கதைகளுக்கும் அதில்வரும் பொருள்களுக்கும் இடைப்பட்ட குறியீட்டுத் தன்மைகளைப் பாலியல் விளக்கங்களோடு சொல்ல ஆரம்பித்தார்கள்.

உதாரணமாக, மின்னலில் இருந்து பழங்கால மனிதன் நெருப்பைக் கண்டுபிடித்தான் என்பதற்குப் பதிலாக ஒரு குச்சியினால் வட்டவடிவ மரக் கட்டையைக் குடைந்து குடைந்து அதிலிருந்தே நெருப்பை உருவாக்கினான் என்பர். இங்கே குச்சியும் குழிக்கட்டையும் ஆண் பெண் பால் உறுப்புகளின் குறியீடுகள். இதுபோல, குச்சி, மரம், குடை, கத்தி, பென்சில், சம்மட்டி இதெல்லாம் ஆணின் குறி உருவகங்கள். குகை, நிலம், கதவு, பூக்கள் இதெல்லாம் பெண்பால் உருவகங்கள். இதனூடாகத்தான் மறைவாய்ச் சொல்லப்பட்ட கதைகளில் இடம்பெறும் ஆணி அடித்தல், குதிரைச் சவாரி, மலையேற்றம் போன்ற வினைகள் பாலுறவை மேற்கொள்வதன் அடையாளமாக மக்கள் மொழிக்குள் புழங்குவதை உள்வாங்க முடிந்தது.

வயற்கழனிகளில் முன்பெல்லாம் பெண் பொம்மைகள்தான் நிறுத்தி வைக்கப்பட்டிருந்தன. இப்போது தான் பேண்டு சொக்காய் போட்ட ஆண் பொம்மைகள் மட்டும் நிற்கின்றன என்றார் என்னுடைய ஓர் கதைசொல்லி. பிறகு, அவரே பெண் பொம்மைகள் நிறுத்தப்பட்டதற்கான காரணத்தைச் சொல்லத் தொடங்கினார். அதாவது, பெண்ணின் காலடியில், அவளது பாலுறுப்பைக் கண்டு வளரக்கூடிய பயிர்கள் அனைத்தும் தன்னை வித்துள்ள ஆணாக அவளுக்குக் காட்டிக்கொள்ள வேண்டுமென்று விரைந்து செழித்து

விடைக்கும் என்றும், பெண் பாலுறுப்பு வேளாண்மையில் செழிப்பிற்கான அடையாளம் என்றும் ஒரு கதையினூடாகச் சொல்லி முடித்தார்.

தஞ்சையை ஒட்டிய புனல்வாசல் பகுதிகளில் வயல்நாற்றங்காலை மறுநடுவு செய்யும்போது, கன்னிப்பெண் ஒருத்தரின் கையில் அவற்றைக் கொடுத்துக் கழனியில் நடச் செய்வதும், பயிர்செழிக்கத் துவங்கும் காலத்தில் தம் பெண்டிரை வரப்பைச் சுற்றி நடந்துவரச் செய்யும் சடங்கினை நடத்துவதையும் என் நேரடி கள அனுபவத்தில் கண்டிருக்கிறேன்.

கொடிநிலை மற்றும் கந்தழி

இயற்கையைப் பொறுத்தவரை பெண்ணின் பாலுறுப்பு ஆற்றல் கருவி. சந்ததிகளை அதுவே பெருக்கித் தந்தது என்ற நம்பிக்கை வேளான் மரபில் இன்றும் பட்டும்படாமலும் நிலைத்திருக்கிறது. மேலும் இந்தத் தொன்மம் மதரீதியிலான சடங்குகளுக்குள்ளும் மறைந்து தொடர்கின்றன.

'கொடிநிலை' என்பது தந்திர வழிபாட்டிற்குறிய ஒருவகை புணர்ச்சிச் சடங்கு. கந்தழியும் அவ்வாறான சடங்கே. கொடிநிலை பெண்ணின் பிறப்புறுப்பையும், கந்தழி ஆணின் பிறப்புறுப்பையும் மையப்படுத்தி நடத்தப்பெறும் தந்திர வழிபாடுகள். இவ்வகைச் சடங்குகளில் ஆண்குறி வழிபாடு பின்னாளில் கந்த வழிபாடானதை சங்க இலக்கியத்தின் எட்டுத்தொகை நூலான பரிபாடலில் தொடைநலம் துள்ளிவிளையாடும் 18–19ம் பாடல்களில் அறியலாம்.

பெண் பாலுறுப்பு வழிபாடு தமிழ் நிலத்தில் தாய் தெய்வத்தைத் தலைமையாகக் கொண்ட இனக்குழு அமைப்பில், கொற்றவையின் மகனான முருகு போர்த் தெய்வமாக வழிபடத் துவங்கும் காலத்திற்கு முன்பே இருந்து வந்துள்ளது. தன் இனக்குழுவின் 'கொடிநிலை' காக்கும் வளமைச் சடங்கில் பெண் பாலுறுப்பு வழிபாடு முக்கிய நிகழ்வாக இருந்து வந்துள்ளது.

தமிழகத்தில் உள்ள சிவன், திருமால் ஆலய கோபுரங்கள், தூண்கள், சுற்றுச்சுவர்கள், தேர்கள் ஆகியவற்றில், ஆடையின்றி நிற்கும் பெண்ணின் (மோகினி) பாலுறுப்பை வணங்கி நிற்கும் நிர்வாணத் துறவர்களின் சிற்பங்களைக் காண முடியும்.

குடுமியான்மலை சிகரகிரீஸ்வரர் ஆலயப் பிரகாரத்தின் இடபுறத் தூணில் காணப்படும் ஆடையற்ற மோகினிச் சிற்பம் இதற்குச் ஓர் சிறந்த உதாரணம். துறவர்கள் பெண்ணின் பிறப்புறுப்பை வணங்கும்

மந்திரச் சடங்கினை மகோததி தந்திரம் எனும் நூல், இவ்வாறு விவரிக்கிறது.

"ஓர் அழகிய இளம்பெண்ணின் பாலுறுப்பைக் கண்டு பத்தாயிரம் மந்திரங்களைச் செபிப்பவன் தேவகுருவுக்கு நிகரானவன். தூரமான பெண்ணின் குருதியோடு கூடிய பெண்ணுறுப்பைத் தியானித்துக் கொண்டு பதினாயிரம் முறை உருப்போடுகிறவன் மதுரமான பாடல்களால் இவ்வுலகினை மயக்குவான்" - மகோததி தந்திரம்: பாடல் 57 மற்றும் 60.

இத்தகைய சடங்குகளை ஆசீவகர்களும் மேற்கொண்டிருக்கிறார்கள் என்பதை மற்கலி கோசர் உயிர்நீத்ததாகக் கருதப்படும் சித்தன்னவாசல் மலை அடிவாரத்தில் அமைந்துள்ள அறப்பெயர் சாத்தன் கோயில் சுதைச் சிற்பத்திலும், மதுரை அரிட்டாப்பட்டி ஐயனார் கோவிலிலும் நேர்சென்று கண்டதுண்டு.

பெண்ணின் சூல் பொருளில் தான் உலகமே தோன்றியதாகச் சொல்கின்றன உலக நாட்டுப்புறக் கதைகள். அதிலிருந்தே அவள் நெருப்பையும் கொண்டு வந்தாள். அதைக் கொண்டே மழையையும் வர்ஷிக்கச் செய்தாள் என்பன போன்ற பூமியின் கதைகள் ஆப்பிரிக்கப் பழங்குடிகளிடம் விளங்குகின்றன.

நாற்பதாண்டுகள் முன்புவரைக்கும்கூட, மழைபெய்யாத கிராமங்களில் ஆடை அணியாத பெண்ணை ஊரை வலம்வரச் செய்யும் வழக்கத்தைக் கைக் கொண்டிருந்தார்கள். சேலம் சேர்வராயன் மலையைச் சேர்ந்த பழங்குடி மக்களிடமும் இந்தப்பழக்கம் இருந்து வந்தது. ஆண்கள் அனைவரும் மலையைவிட்டு இறங்க, பெண்கள் மண்ணால் செய்த உருவங்களைக் கொண்டு அந்த விழாவை நடத்தினார்கள். தருமபுரி மாவட்டத்தில் இச்சடங்குகளின்போது பாடப்படும் பாடலுக்கு சூந்துப்பாடல்கள் என்று பேர். இவ்வகைச் சடங்குகளினால் மழைபெய்விக்க முடியும் எனவும், இயற்கை சக்திகள் பெண்ணிற்குக் கட்டுப்படும் என்பதாகவும் நம்பப்பட்டு வருகிறது. நாளடைவில் அவை பெண்ணுக்கு எதிரான ஆயுதமாகவும் வக்கிரமான மாற்றமடைந்திருந்தது.

சக்தி பீடம்

புராணத்தின்படி, தட்சனைக் கொன்றபிறகு அயனின் தாண்டவம் நிகழ்கிறது. ஆடவல்லானின் கொந்தளிப்பை நிறுத்துவதற்காக திருமால், அயன் கையில் ஏந்தி ஆடும் சக்தியின் உடலைத் துண்டு துண்டாக்குகிறார். ஆயினும் திக்கனைத்தும் சடைவீசிய ஆட்டம்

நின்றபாடில்லை. ஆட்ட வேகத்தில் சக்தியின் உடல் திசையெங்கும் சிதறுகிறது. அவளது உடல்பாகம் சிதறிய இடமெல்லாம் சக்திக்கு ஆலயங்கள் உருவாகின்றன. அப்படி உருவான பீடங்களில் அவளது அல்குல் (பாலுறுப்பு) விழுந்த இடமாக அசாமின் நீலாச்சல் மலைச் சிகரம் (கவுஹாத்தி) அடையாளங் கொள்ளப்படுகிறது. அதன் இன்றைய பெயரே காமாக்யா.

படகுகள் மூலமே செல்லமுடிகிற இந்த காமாக்யா கோயிலின் உள்ளே பாறையில் வடித்த அல்குல் வடிவ குழி பீடத்தைத் தவிர வேறு வழிபாட்டுச் சின்னம் எதுவும் அங்கு கிடையாது. குகை வடிவில் கட்டப்படுள்ள அந்தக் கோயிலின் நடுவே நெற்றிக்கண் தோற்றத்தில் அல்குலும், அதன் மையத்தில் வட்டவடிவ கருவிழித் தோற்றமும், அதன் கூரான கீழ் முனையிலிருந்து நீர் சுரந்துகொண்டே இருக்கிறது, அதற்கு யோனி தீர்த்தம் என்று பெயர்.

2018ம் ஆண்டு அஸ்ஸாம் சென்றிருந்தபோது, காமாக்யா கோயிலின் அமைவிடம் மற்றும் வரலாற்றைத் தெரிந்துகொண்டேன். காமாக்யா யோனி ஊற்றின் மீது கூச் பீகார் மன்னரால் பின்னாளில், தேவியின் அவதாரங்களாக திரிபுரசுந்தரி, மாதங்கி, கமலா ஆகிய புடைப்புச் சிற்பங்கள் உருவாக்கப் பட்டுள்ளன. காளி, தாரா, தமுவாட்டி, பாகலாமுகி, பைரவி, சின்னமஸ்தா, புவனேஸ்வரி மற்றும் ஆகிய ஏழு அவதாரங்களின் கோயில்கள் வெளியே அமைக்கப்பட்டுள்ளன.

பிறப்பின் முதன்மை அடையாளமான அல்குல் வழிபாட்டுக்கு மாதத்தில் ‘மூன்றுநாட்கள்’ நோன்பு நாட்களாக அனுஷ்டிக்கப்படுகிறது. அல்குலைச் சுற்றி மஞ்சளிட்டு, தென்னங்காய்களைப் படைத்து வழிபடுபவர்களுக்கு, காமாக்யா ஊற்றின் யோனி தீர்த்தமும், செந்நிறப் பூக்களும், குங்குமமும் பிரசாதமாகவும் கையகல சிவப்புத் துணியில் வழங்கப்படுகின்றன. காமாக்யா கோயிலில் கண்ணில் படும் இடமெல்லாம் சிவப்பு நிறம்.

இறைவனிடம் தனக்குரியதென இறைவி மொழிந்த பீடங்களான 51 சக்தி பீடங்களில் காமாக்யாவே முதன்மையான பீடம் என்று தந்திர சூடாமணி நூல் குறிப்பிடுகிறது. தவிர, சக்தி வழிபாட்டின் முதன்மை யோனி வழிபாடு என்றாகிறபோது, அதன் இரு மார்க்கங்களான தட்சண, வாம மார்க்கங்களில் இடதுகைப் பிரிவினரான வாம மார்க்கத்தினரின் தந்திரிக வழிபாடு அதில் முக்கியத்துவம் பெறுகிறது. இதன்படி பஞ்சபூதங்களையும் மனதில் கொண்டு அவர்கள் நிகழ்த்தும்

மத்யம், மாமிசம், மத்சியம், முத்திரை, மைதுனம் என்ற ஐந்தும் மது அருந்தி, கறியும், மீனும் உண்டு, உடல்மொழியினால் ஆடவரைக் கவர்ந்து உறவு கொள்வதைக் குறிக்கிறது.

பேதமின்றி வட்டமாய் அமர்ந்து பெண்ணுடலோடு கூடுகிற இந்த வழிபாட்டுப் பழக்கம் ஹரப்பா, மொஹஞ்சதரோ காலத்திலே உண்டு என்கிறார் ஆஸ்திரிய ஆய்வாளர் ஸ்டெல்லா கிராம்ரிச். இந்த வழக்கம் நாட்டுப்புறங்களில் வேறு வடிவமெடுத்து, பாலியல் பேச்சுக்களோடு நின்றுபோவதும், அவ்வையார் நோன்பு போல பெண்கள் மட்டும் கலந்துகொள்வதுமாக பிற வடிவங்களை அடைந்ததும் உண்டு.

பெண்கள் மட்டுமே கொண்டாடுகிற அவ்வையார் நோன்பு பற்றிக் குறிப்பிடும் எழுத்தாளர் கி.ரா., அது பெண்கள் மட்டுமே ஒன்றுகூடி நடத்தும் பாலியல் பூசை என்கிறார். பூசைக்காக அவிக்கும் கொழுக்கட்டையைக் கூட ஆணின் கண்பார்வைக்குக் காட்டாமல் இளம்பிராயப் பெண் பிள்ளைகளுக்குத் தின்னக் கொடுப்பார்களாம். பெண்ணின் உடல் அறிவியல் குறித்து அவர்களுக்கே உணர்த்தும் விதத்தில் அமைகிறது இந்த நோன்புச் சடங்கு.

லஜ்ஜா கவுரி

காமாக்யா போல அல்குல் வழிபாட்டுத் தெய்வங்கள் இந்தியாவில் பல பகுதிகளில் காணப்படுகின்றன அவற்றில் தலையாயது லஜ்ஜா கவுரி (Lajja Gouri). தலை இல்லாத, தலைக்குப் பதிலாகத் தாமைரைப் பூவை அணிந்த, புணர்ச்சிக்குத் தயார் நிலையில் கால்களை உயர்த்தியபடி, உடல் உறுப்பைத் திறந்துகாட்டிக் கொண்டு இருக்கும் இந்த லஜ்ஜா கவுரிகள் வழிபாட்டுக்கு உரிய பிறப்பின் தெய்வங்களாக வழிபடப்படுகின்றன. பிள்ளைவரம் வேண்டுபவர்கள் கங்கைச் சமவெளி, தக்கான பீடபூமி, மற்றும் தென் இந்தியாவின் சில பிரதேசங்களில் லஜ்ஜா கவுரிகளை வழிபடுகிறார்கள். (கவுரி; கவுஹாத்தி, காத்மாண்டு, ஆகியவை அல்குலின் வேர்ச்சொற்களோடு தொடர்புடையவை என்பது இங்கே கவனிக்கத் தக்கது.)

இந்த லஜ்ஜா கவுரிக்கு ஆனந்த தேவி, நாக்னமாதா, கும்கனா, அதிதி, இலபா, நாக்ன காபந்தா, ஜகுலாம்பா, யமை, மகாகுண்டலினி என்று பலபெயர்கள் வழக்கத்தில் உள்ளன. இந்தப் பெயர்கள் அனைத்தும் உடல் தோற்றத்தைக் குறிக்கும் சொற்கள். நாக்ன காபந்தா என்பதற்கு நிர்வாணம் மற்றும் தலையற்ற உடல் என்று பெயர். தலையில்லாத உடல்கொண்ட பெண் தெய்வங்களும், நின்ற நிலையில் உடலைத் திறந்து, அல்குலைக் காண்பிக்கும் தெய்வங்கள் தமிழகத்திலும் உண்டு.

(வட ஆற்காடு கோயில் சிற்பங்கள்) லஜ்ஜா கௌரியின் பாலுறுப்பில் கிளிட்டோரிஸ் ஒரு மாங்கொட்டை போல துருத்தித் தெரியும். பூசை செய்பவர்கள் அதில் வெண்ணை பூச்சு செய்து, அதில் குங்குமத்தை இட்டு, அதன் மீது மஞ்சள் தடவி, பூக்களைச் சொறுகி வைக்கிறார்கள். இது புணர்ச்சிக்கான அசைவியக்கச் செயல்களைக் குறிக்கிறது. மலர் என்பது இனப்பெருக்கத்தின் குறியீடாகக் கொள்ளப்படுகிறது.

பிற்காலத்தில் இவர்கள் அனைவரும் ஒட்டுமொத்தமாகச் சிவனின் மனைவியர் ஆக்கப்பட்டனர். பிறகு, தாய் தெய்வ வடிவேற்றதும் உடலை மறைக்கும் ஆடைகள் அணிவிக்கப்பட்டனர். பெண் தெய்வக் கோயில்களில் இடம்பெறும் 'புடவை சாற்றும்' பழக்கத்தின் வேர் இங்கிருந்து புறப்பட்டதே.

என் நீண்ட தேடலின்போது, சீன ஓவியம் ஒன்றில் லஜ்ஜா கவுரியின் உருவம் இடம்பெற்றுள்ளது. அதே போலான சிற்பம் ஒன்றும் செர்பியாவில் கிடைத்திருக்கிறது. தொடர்ந்து, எகிப்து, ஈரான், மெசபடோமியா என பாலுறுப்பு வழிபாட்டைக் கொண்ட பெண் தெய்வங்களின் பட்டியல் நீண்டு கொண்டேபோனது.

அவை அனைத்தும் ஒன்றை மட்டும் எனக்குப் புரிய வைத்துக் கொண்டே இருந்தது. உலகெங்கும் பரவியிருந்தது பிறப்பு உறுப்பின் வேர்ச்சொல் மட்டுமில்லை; உலகின் நாகரிகத் தோற்றங்களுக்கு முந்தைய காலகட்டத்தின் மானுடத் தொடர்புகளும் தானென..!

பாலுறுப்பு பராமரிப்பு

இந்த விஷயங்களை எழுதும்போது கி.ரா பெயர் அடிக்கடி வந்துவிடும். தவிர்க்க முடியாது. தாத்தா ஸ்தானத்தில் உட்கார்ந்து கொண்டு அவரே பலதையும் அக்குசுக்காய் எழுதியும் சொல்லியும் வழிநடத்தியிருக்கிறார். அவரும், கழனியூரனும் சேர்ந்து தொகுத்த மறைவாய் சொல்லப்படும் பெண் பாலுறுப்பு சம்பந்தமான கதைகளில் அவர் சில பராமரிப்பு விசயங்களைக் குறிப்பிடுகிறார்.

அதாவது மேல் குடிமட்டப் பெண்கள் மாதமிருமுறை அம்பட்டர் வீட்டுப் பெண்களை ரகசியமாக அழைத்துவந்து, அவர்களைக் கொண்டு தங்கள் அல்குல் மயிர்களைச் சிரைத்துக் கொள்வார்களாம். அதற்கு வசதியற்ற வீட்டுப் பெண்கள் சிவப்பு ஆதாளைச் செடியின் இலைகளைப் பறித்து, அதன் நீர்மத்தை பாலுறுப்பின் மேலே தடவி, வெளித்தோல் மரத்துப் போனதும், அந்தரங்கமாகத் தங்கள் கைகளினாலே அல்குல் மயிர்களைப் பிடுங்கியிருக்கிறார்கள். (ஆதாளை என்பது நில ஆமணக்கு என்றும் அறியப்படுகிறது.)

அக்காலத்திலே தன் அல்குலைத் தான் பார்ப்பதே தவறென்று கருத்திருந்தது. கன்னியாஸ்திரிகளும்கூட ஆடையோடு தான் குளிக்கவேண்டும் என்பது மதக் கட்டளை. கதவு சாத்தப்பட்ட அறைகளுக்குள்ளும் ஆடை எதற்கு என்று கேட்டால் கடவுள் பார்ப்பாரே என்று பதில் வந்ததாக பெர்ட்ரண்டு ரசல் குறிப்பிடுகிறார்.

இடைக்கால வரலாற்றில் பெண், தன் உறுப்பு குறித்து அறியாத வளாக வளர்ந்தாள். வளர வளர உடலில் நிகழும் மாற்றத்தால் தன் அல்குலைப் பார்க்கவும் தொட்டு அறியவும் முடிந்தாலும், பூஞ்சை முடிகள் முளைக்கும் தருணத்தில் அச்சம் கூடிப்போனவர்கள் ஆனார்கள். அவர்களது மூத்த பெண்களும், பாட்டிமார்களுமே அவர்களின் அச்சம் களைந்தார்கள்.

அல்குல் இல்லையெனில் உயிர்ப்பெருக்கம் இல்லை. உடலின் சிறுநீர், உதிரப்போக்கு, பேறுகாலக் கழிவு, பிள்ளைபிறப்பு ஆகியவற்றின் ஆதார உறுப்பாக அல்குலே விளங்குகிறது. இருந்தும் இவற்றைக் குறித்து பேசுவது பாவம் என்ற கருத்து உண்டானது.

தாய் தன் மகள் பூப்படையும்போது அதைக் காணுவது தரித்திரம் என ஒரு சில இனக்குழுக்களில் இன்றும் அதனைத் தீவிரமாகக் கடைபிடித்து வருகின்றனர். பெண்ணுக்கே இந்த நிலை தொடர்ந்த போது, எதிர்பாலினத்தின் அறிவீனம் பற்றிச் சொல்லவேண்டி இராது.

பெண் தன் வாழ்நாளில் 400 முறை மாதவிடாய் ஆகக்கூடும். பூப்படைவது முதல் ஏறத்தாழ 34 ஆண்டுகள். தற்போது, பொருளாதாரமய காலகட்டத்தில், புரெஜஸ்டின், ஈஸ்ட்ரோஜன் ஹார்மோன் கலவைகளினாலான சீசனல் மாத்திரைகளின் மூலம் இந்த எண்ணிக்கையை 150 ஆகக் குறைக்க முடிகிறது.

சரியாகச் சொன்னால் விடாய் கால உடல் பராமரிப்பு வர்த்தகம் பல்லாயிரம் கோடி லாபத்தில் இயக்கிக் கொண்டிருக்கிறது. அந்த வீச்சுக்கு உடல் பற்றின விழிப்புணர்வைப் பெறவோ உடலைப் பேணவோ இங்கு வழிகள் கிடையாது.

உடற்கூறு சம்பந்தப்பட்ட விவரங்களை உள்ளடக்கியதாகவும், அறிவியல் பூர்வமான உண்மைகளைச் சொல்வதாகவும், மானுட நல்வாழ்விற்குப் பொருந்தக் கூடியதாகவும், மனித உரிமை, பாலியல் சமத்துவம் ஆகியவற்றை உள்ளடக்கியதாகவும் நம்முடைய பாலியல் கல்வி ஏற்பட்டிருக்க வேண்டும். ஆனால், இங்கு என்ன நடந்தது?

பாலியல் நூல்கள்

கொக்கோகம், வாத்ஸ்யாயணம் உள்ளிட்ட இந்தியப் பாலியல் நூல்கள். அல்குலை, பத்மினி, சித்தினி, சங்கினி, ஹஸ்தினி என்று நான்கு விதமாகப் பகுக்கின்றன. அதில் பத்மினி என்பது தாமரை வடிவத்திலும், சைலம் சுரக்கும்போது பூவின் மணம் வீசும் என்றும், சித்தினி தேன்கூட்டை ஒத்த வட்ட வடிவிலான அல்குல் எனவும், அதன் சைலம் தேனின் மணத்தோடு இருக்குமென்றும், சங்கினி அல்குல் சுழலுற்ற யோனியோடு, உப்பின் மணத்தில் சைலம் சுரக்கும் என்றும், ஹஸ்தினி களிறுபோன்று பருத்த அதீத சைலம் சுரக்கிற அல்குல் என்றும் கொக்கோகம் விவரிக்கிறது.

வாத்ஸாயணம், கொக்கோகம் போலவே, புத்தத்துறவி பத்மஸ்ரீ எழுதிய நகர சர்வஸ்வம், கவிசேகரா எழுதிய பஞ்ச சயகா, பிரௌத தேவராஜா எழுதிய, ''ரதி ரத்ன பிரதிபிகா. ஜெதேவா எழுதிய ரதி மஞ் சரி, கல்யாணமாலா எழுதிய, ''அனங்க ரங்கா, ஆகிய நேரடி நூல்களும், கிபி 10ம் நூற்றாண்டில் யசோதாரா எழுதிய ஜெய மங்களா, கிபி 1800ல் நரசிங்க சாஸ்திரி எழுதிய சுக்ரவிருத்தி போன்ற வாத்ஸாயணத்தின் விளக்க நூல்களும் பாலியல் உடலுறுப்பு, உறவுமுறைகள், மருத்துவம், காமம், காதலுரைத்தல், எதிர் பாலினரை ஈர்த்தல் ஆகியவற்றை எடுத்துரைக்கின்றன.

அவற்றின்படி, மான்சாதி, குதிரைசாதி, யானை சாதி என பெண் பாலுறுப்பின் ஆழத்தை நீட்டலளவையின் மூலம் குறிப்பிட்டுள்ளனர். மான் சாதி – நான்கரை அங்குலம், குதிரை சாதி – ஆறேமுக்கால் அங்குலம், யானை சாதி ஒன்பது அங்குலம். இந்நூல்களின் உடலளவு குறித்து ஆய்வுசெய்த, இங்கிலாந்தைச் சேர்ந்த டாக்டர் சார்லஸ் ஒயிட் மனித உடல் அளவுகள் குறித்த கணக்கு என்ற நூலினை 1799ல் எழுதினார். இவைகளில் மிகப்பெரும்பாலான நூல்கள் உடல் உறவு குறித்த விசாரங்களையும், ஆணின் பார்வையில் பெண் உடலைக் குறித்த கிளர்ச்சியையும், புலன் விருப்பத்தையும் மருத்துவம் என்கிற ரீதியில் திரும்பத் திரும்பச் சொல்லிக் கொண்டே வந்திருக்கின்றன. அனைத்திற்கும் மேலாக அந்நாளைய ஆதிக்க சமூகங்களின் மனப்போக்கோடே இந்நூல்கள் எழுதப்பட்டிருக்கின்றன. சார்லஸ் ஒயிட் எழுதிய நூலில் கூட ஆசிய ஆப்பிரிக்கப் பெண்களை, ஐரோப்பிய பெண்களுக்குக் கீழான நிலையில் வைத்து தன் இனவிலக்கத்தைக் காட்டியிருந்தார்.

சிதைவின் கதை

ஆண்களுக்கு சுன்னத் எனப்படும் பாலுறுப்பின் மேல்தோல் அகற்றப்படுவது போலவே, சில பழங்குடிச் சமூகங்களில் பெண் பாலுறுப்பு சிதைப்பு நடவடிக்கைகளில் ஈடுபட்டன. ஹேரம் பெண்களின் பாலுணர்வைக் கட்டுப் படுத்த அவர்களது அல்குலின் மேற்பகுதி சிதைக்கப்பட்டது. கிளிட்டோரிசின் முனை துண்டிக்கப்பட்டது. ஆப்பிரிக்க பழங்குடிகளும், பாலனீசிய மக்களும் பனிரெண்டு வயது நிரம்பிய பெண்பிள்ளைகளுக்கு இக்கொடுமைகளை நம்பிக்கை எனும் பேரில் செய்தனர். ஸ்காப்ட்ஸ் எனும் ரஷ்யாவைச் சேர்ந்த கிறிஸ்தவ அமைப்பினர் தக்கள் களவொழுக்கை காப்பாற்ற பாலுறுப்புகளைச் சிதைக்க வலியுறுத்தப்பட்டனர். ஒரு பெண் திருமணம் ஆகும் வரையில் கற்புள்ளவளாக இருக்கவேண்டுமென அவள் பாலுறுப்பு தொடர்ந்து சிதைக்கப்பட்டு வந்தது. சூடான் நூபியா பகுதிகளில் பண்டைய கிறிஸ்தவமே இவ்வழக்கத்தைத் திணித்தது.

அடிமைப் பெண்களை விற்பதற்காகவும், மகப்பேற்றைத் தடுக்கவும் அல்குலை வதைப்பதும், வாரிசுரிமைப் போட்டிகளுக்காக அரசனின் ஆசை நாயகியர் உறுப்பு சிதைக்கப்படுவதும் ரத்தக்கறை படிந்த செய்திகளாக பண்டைய மன்னராட்சி வரலாறு முழுக்க விரவிக்கிடக்கின்றன. எல்லாவற்றுக்கும் மேலாக உலகைப் புரட்டிய பெரும்போர்களில் அல்குலும் ஓர் ஆயுதமாக உருவெடுத்தது. இனப்படுகொலை நிகழ்வுகளில் பெண்களே முதலில் வன்கொடுமை செய்யப்பட்டனர். போஸ்னிய இஸ்லாம் பெண்கள், செர்பிய கிறிஸ்துவ ராணுவத்தால் சிதைக்கப்பட்டனர். பௌத்த சிங்களர்கள், ஈழப் பெண்களைச் சிதைத்தழித்தனர். 1947ல் இந்தியப் பிரிவினை–யின்போது, இஸ்லாமியர் சீக்கியர்களைக் கொன்று சிந்து நதியில் வீசினார்கள், சீக்கிய முஸ்லீம் பெண்களை நிர்வாணமாக்கி தெருவில் நடக்கவிட்டு பின் வன்புணர்ந்து அவர்களைக் கொன்றனர். எங்கிருந்து திரள்கிறது இத்தனை வன்மம்!

இரண்டாம் உலகப்போரில் கிராமம் கிராமமாக அடிமையாக்கப்பட்ட பெண்களை, அவர்களது உடல்களைச் சித்திரவதைக் களமாகத் தான் கருதியது வல்லரசுகள். வியட்நாம் யுத்தத்தில் ஈடுபட்ட பெண்களின் அல்குலை அறுத்தெடுத்து அதை நினைவுச் சின்னமாக அமெரிக்காவுக்கு கொண்டு சென்ற குறிப்புகள் உண்டு. வங்காளத்தில் யாஹியாகான் படை, ஈழத்தில் இந்தியப்படை, யுகோஸ்லாவியா,

ஈராக், குவைத், ருவாண்டா என்று கணக்கிலடங்கா போர்களில் கோரமாகச் சிதைக்கப்பட்ட உறுப்பாக அல்குல் மாறிப்போனது. ருவாண்டாவில் டுட்சி இனப் பெண்களை வரிசையாக ஆடையற்று நிற்கச் செய்து அவர்கள் பாலுறுப்பைக் குறி பார்த்துச் சுட்டார்கள். குண்டு துளைத்த இடங்களில் மரத்துண்டுகள், கூழாங்கற்களை நிரப்பி அவர்களைக் கொன்றொழித்தார்கள்.

வளமையின் குறியீடாக, செழிப்பின் குறியீடாக, இனப்பெருக்கத்தின் அடையாளமாக, வழிபாட்டியலில் முக்கியத்துவம் வாய்ந்ததாக என்று நீண்ட நெடிய பட்டியல் போட்டுப் பின் செல்ல முடிகிற ஓர் சம மானுட உயிரின் உடலுறுப்பு எங்கிருந்து எப்படி அழித்தொழிப்பின் அடையாளமாக மாறியது? பதிலாகச் சொல்ல விரும்புவது ஒன்றே ஒன்றுதான் புனிதமெனவும், தூய்மையெனவும் ஒன்றில்லை உலகத்தில்.

●

இசைபட வாழ்வு

மானுட சமூகம் உண்டாக்கின பண்டைய இசைக்கருவிகள் அனைத்தின் தோற்றுவாயாக மனிதனின் உடலசைவும், அவர்களது இயக்கமுமே அமைந்தது. உதாரணமாக, அவர்களது கேட்கும் திறன், வாயொலி, கைக்கொட்டு, உரசல், நடை, கருவிகள், வேட்டைச் செயல்பாடு, வேளாண் பொருட்கள், பயன்பாடுப் பொருட்களின் சப்தங்கள் ஆகியவையே இன்று பயன்பாட்டிலுள்ள பல்வேறு இசைக் கருவிகளின் மூதாதைகள்.

வேட்டைச் சமூகம் தீவிரமாக இயங்கிக் கொண்டிருந்த காலத்தில் அவர்களது உடல் அசைவுகளின் வெளிப்பாடும், வாயொலியும் விலங்குகளை அச்சுறுத்த உதவி புரிந்தன. பிறகே, தங்களது இரை எச்சங்களான விலங்குகளின் எலும்புகளையும், கொம்புகளையும் கொண்டு தங்களது காற்றுக் கருவிகளை உருவாக்கினார்கள். இயற்கை இக்கருவிகளைச் செய்வதற்குரிய மூலப் பொருள்களை நல்கியது.

மனித உடலின் முதலாவது இசை இயக்கமாக, மிடறு அல்லது தொண்டையில் இருந்து உற்பத்தியான குரலொலியைச் சொல்ல முடியும். அதனாலோ என்னவோ தமிழிசைப் பண்பாடு குரலிசையை முதன்மையாகக் கொண்டுள்ளது. ஆனால், தமிழிசை மரபு நூல்கள் பலவும், தோற்கருவிகளே காலத்தால் பழமையானவை என்ற கருத்தையே முன்வைக்கின்றன. பிற்காலத்தில் துளைக் கருவிகளும், நரம்புக் கருவிகளும் ஏற்பட்டிருக்கலாம் என்பதே ஆய்வாளர்களின் கருத்தும்.

இந்த கட்டுரை, காலத்தால் முந்தையதென நான் கருதும் காற்றிசைக் கருவிகள் எவ்வாறு நமது பண்பாட்டுப் புலத்தில், பண்டைய இலக்கியத்தில், பழங்குடி வாழ்க்கை முறைக்குள் பிணைந்திருக்கின்றன என்பதை முதல் இயலிலும், இயல் இரண்டில் பண்டைய தமிழிசையை தமிழ் நிலத்தை அரசாட்சி புரிந்த வேந்தர்கள் எவ்வாறு கையாண்டார்கள் என்பதைக் கல்வெட்டுச் சான்றுகள் மூலமாகவும், நரம்பிசைக் கருவியான யாழ் மற்றும் வீணை குறித்தும், மூன்றாம்

இயலில் தோற்கருவிகளில் பழமையானதும், குறிஞ்சி, முல்லை, மருதம், நெய்தல், பாலை என ஐந்திணைகளுக்கும் தனித்துவம் கொண்ட கருவியாக விளங்கிய தோலிசைக் கருவியான பறையிசை குறித்தும், அவ்விசைக் கலையில் வித்தகர்களாக விளங்கிய பறையர் மக்களின் சமூக மதிப்பு, பறை இசைப்பவர்கள் குறித்த கல்வெட்டுகள் ஆகியவை குறித்து விபரிக்கிறது.

இயல்-1

வீளை

சங்க இலக்கியமான அகநானூற்றில், ஆநிரை மேய்க்கும் ஆயன் ஒருவன் குமிழ மரக் கொம்புகளை வளைத்து, அதன் கண்களில் மரல் நாரினைக் கயிறாகக் கட்டி தானே உருவாக்கின வில் யாழில் குறிஞ் சிப் பண்ணை இசைத்தான் என்பது பெரும்பாணாற்றுப்படையில் வரும் பாடல். குறிஞ்சி நிலத்தில் தோன்றிய இந்த நரம்பிசைக் கருவி பிறகு, முல்லை, மருதம், நெய்தல், பாலை என ஏனைய நான்கு நிலங்களிலும் இசைக்கப்பட்டதற்கு இலக்கியச் சான்றுகளுண்டு.

ஆற்றுப்படைக்கும் முந்தைய காலத்தைச் சேர்ந்த சங்க இலக்கியமான அகநானூற்றில், 'மடிவிடு வீளை, கடிதுசென்று இசைப்பத், தெறிமறி பார்க்கும் குறுநரி வெரீஇ' எனும் பாடல் இடம்பெறுகிறது. ஆடு வளர்க்கும் இடையர்கள் தம் உதடுகளைக் குவித்து எழுப்பும் சீழ்கை (வீளை = சீழ்கை, விசில்) ஒலியினைக் கேட்டு ஆடுகள் தலை உயர்த்திப் பார்க்க, அவற்றை வேட்டையாடக் காத்திருக்கும் குறுநரிகள், விசில் சத்தம் கேட்டு முட்புதர்களுக்குள் அஞ்சி ஓடும் என்கிறது பாடல்.

அகநானூற்றின் இன்னொரு பாடல், கழுத்தில் மணிகள் இசைக்க நடந்து செல்லும் பசுக்களை, அதன் பின்னாலிருந்து கோல் செலுத்திக் கொண்டே செல்லும் கோவலர், கொன்றைப் பழத்தால் செய்த குழலை –துளைக் கருவி– இசைத்து நடந்துவர, விரைந்து பசுக்கள் தன் வீடுகளுக்கு நடந்ததாக களிற்றியானை நிரையின் முல்லைத் திணைப் பாடல் குறிப்பிடுகிறது.

இந்த மூன்று பாடல்களில், முதலாவது குறிப்பிடப்படுவது, நரம்பிசைக் கருவி, இரண்டாவது இசைக்கருவிகள் ஏதும் பயன்படாத சீழ்கை ஒலி, மூன்றாவதாக துளையிடப்பட்ட குழல். மேய்தல், காத்தல், வீடு செலுத்துதல் ஆகிய மூன்று தொழில்களை மேற்கொள்ளும் வெவ்வேறு ஆயர்கள் பற்றின இலக்கியக் குறிப்புகள் தான் இவை என்றாலும், அவர்களது தொழிற் சூழல்களுக்கு ஏற்பவே அவர்களது

இசை வெளிப்பாடும் உருப்பெற்றுள்ளது என்பதை இங்கு புரிந்து கொள்ளமுடியும்.

கால்நடைகளோடு தனது பொழுதைக் கழிக்கவும், அவற்றை வழிநடத்தவும் செம்மைப்படுத்திய துளை அல்லது நரம்பு இசைக் கருவிகளைப் பயன்படுத்தும் ஆயன், தன் கால்நடைகளை வேட்டை விலங்குகளிடமிருந்து எச்சரிக்க, இசைக் கருவிகளைப் பயன்படுத்தாது, இயல்பாகத் தனது வாயொலிச் சப்தத்தையே பயன்படுத்துகிறான். இந்தப் பழக்கம் வேட்டைச் சமூகங்களின் குரலொலித் தொடர்பு முறையின் பண்டைய பழக்கமாகவே அவனால் கையாளப்படுகிறது. மனித உடலே இசைக்கருவிகளின் தோற்றுவாய் எனில், மனித உடலில் இருந்து உருவாகும் வீளைச் சத்தம் (விசில்) ஏன் நம்முடைய ஆதி காற்றிசையாக இருக்கக் கூடாது!

கொம்பு

கொம்புகளுக்கான அந்தக் காலத்துப் பயன் என்பது, செய்தி கடத்தவும், ஆபத்துச் சூழலில் ஒருவர் மற்றவரை எச்சரிக்கை செய்யவும், பொழுது, அறிவிக்கவும், மக்களை ஒன்றுதிரட்டவுமே உதவியிருக்கிறது. வேட்டுவர்கள் வேட்டையின் போதும், வேளாண் குடிகள், அறுவடைக் காலங்களில் தங்கள் கழனிகளில் காவல் புரிபவர்கள், கள்ளர்களையும், நரி, ஓநாய் முதலான விலங்குகளையும் விரட்டுவதற்காகவும், காவலர்களை விழித்திருக்கச் செய்யவும் கொம்பு ஊதும் வழக்கத்தைக் கொண்டிருந்தார்கள். இன்னொரு பக்கம் வேளாண் விதைப்பு மற்றும் அறுவடைக் காலங்களில் கொண்டாடப்படும் விழாக்களிலும் கொம்பினை முழங்குவதுண்டு. அசாமின், தியோரி உள்ளிட்ட சில பழங்குடி மக்கள், வசந்தத்தை வரவேற்க ஆடும் பிஹு நடனத்தின்போது கொம்புகளை முழங்குகிறார்கள். அவ்வாறு முழங்கினால் மழை பொழியும் என்பது அவர்களது வேளாண் நம்பிக்கை.

கொம்புகளின் கூரான பகுதியினை அறுத்து துளையிட்டு, அதன் முனையில் வாய் வைத்து ஒலி எழுப்புவார்கள். இவ்வாறு கொம்பு முழங்குபவரைக் குறிப்பிடும் கொம்பூதி எனும் பெயர்கள் இன்றும் வழக்கத்தில் இருக்கின்றன.

கொம்புகள் காலத்தால் மிகவும் பழமையானவை. இந்தோ–ஆரிய மொழி அதனை சிருங்கா என்றழைக்கிறது. மத்திய பிரதேச மரியா மக்கள் இதனை கொஹுக் என்கிறார்கள். நாகர்களிடம் ரெலிகி, உத்திர பிரதேசத்தில் விஸான், கொஹுக்கும் விஸானும் எருமையின்

கொம்பைக் குறிக்கும் சொல். பௌத்த ஜாதகக் கதைகளில் அதன்பேர் தூர்யம். மகாபாரதம் கோவிஷாணிகா என்று பசுவின் கொம்பைக் குறிப்பிடுகிறது. தெலுங்கில் கொம்மு என்றே வழங்கு பெயர். தமிழில், அதன் வடிவுக்குத் தக்கபடி ஊதுகொம்பு, திமிரிக்கொம்பு, பாரிக்கொம்பு, எக்காளம், சிங்கநாதம், துத்தரி, நவுரி என்று வழங்குவதுண்டு.

கோத்தர்கள்

கொள்ளிமலை அய்யனோர்–அம்மனோர் கோயில் திருவிழாவில் கூடும் கோத்தர் இனப் பழங்குடி மக்கள் தங்கள் நடனங்களின் ஊடாக கொம்பு என்ற பேருடைய இசைக் கருவி ஒன்றை முழங்குகிறார்கள் எனத் தெரியவந்தபோது, நண்பர்களின் உதவியோடு அங்கே நேரே சென்றிருந்தேன். முன்பாக கோத்தர்கள் பற்றிய குறிப்புகளை நூலக ஆவணங்களில் இருந்து பெற்றிருந்தேன்.

கோத்தர்கள் என்பவர்கள் கருமாரத் தொழிலாளர்கள். கோவ் என்ற மூதாதையர் பெயரில் இருந்து உருவானது அவர்களது இனக்குழுப் பெயர். பானைகள் வனைவதில் கைதேர்ந்தவர்கள். சமவெளிகளில் இருந்து மலைகளுக்குக் குடியேறி வந்து, தோடர்களோடு இணைந்து, அவர்களுக்கு உழவுக் கருவிகள் செய்தளித்தவர்கள். கி.பி.1200க்கு முன்பிருந்தே அவர்கள் மலைகளில் வசிப்பதாக கள்ளிக்கோட்டை பாதிரியார் ஜேக்கப் பெரைரா எழுதி வைத்திருக்கிறார்.

மலைவாசிகளான இருளர், குரும்பர், தோடர், கோத்தர், காட்டுநாயகர், பனியர் மற்றும் படுகர்களில் கோத்தர்கள் கைவினைத் தொழிலில் வல்லவர்கள். அவர்களின் கொம்பு இசைக்கருவி கூட அப்படித்தான் அவர்களது பயன்பாட்டுத் தேவைக்காக அவர்களாலே உருவாக்கப்பட்டிருந்தது. கோத்தர்களின் கொம்பிசை நீலகிரி மலை– யின மக்கள் பயன்படுத்தும் ஏனைய இசைக் கருவிகளின் ஒலியைவிட பிரமாதமான அதிர்வுடையது. வெண்கலத்தால் செய்யப்பட்ட அந்தக் கொம்பினை அவர்களே தங்கள் பட்டறைகளில் பழுது பார்த்துக் கொள்வார்கள்.

கோத்தர்கள் தாங்கள் வசிக்கும் கேரிகள் அமைந்திருக்கும் மலையுச்சியில் இருந்து, எதிரே உள்ள மலையில் வாழ்கிற தன் சக இனத்தாருக்குச் செய்தி சொல்ல, இந்தக் கொம்புக் கருவியை உருவாக்கியிருக்கிறார்கள். அடி வயிற்றில் இருந்து அழுந்த ஊதும் அந்த வெண்கலக் கொம்பின் காற்றொலிச் சத்தம் இப்போது நினைத்தாலும் ஓர் யானையின் பிளிறலை நினைவூட்டுகிறது.

பழங்குடிகள் பெரும்பாலும் தங்கள் வாழ்விற்கும் சாவிற்கும் வெவ்வேறு இசைக் கருவிகளைப் பயன்படுத்துவது இல்லை. பிறப்பிலிருந்து இறப்புவரை அத்தனைச் சடங்குகளுக்கும் கருவி ஒன்றுதான். ஒலிப்புதான் மாறுபடுகிறது. தவிர தமிழகப் பழங்குடி களுக்கும் கேரளப் பழங்குடி இசைக்கும் தாய் பிள்ளை உறவு நிலைத்திருப்பதை இந்த இசைத் தொன்மத்தில் இருந்து உள்வாங்க முடியும். இசையும், இசை நடுவே பாட்டும், பாட்டின் ஊடாக ஆட்டமும் மேற்கொள்வது பழங்குடியின் சொத்து.

நீலகிரியைச் சேர்ந்த மற்றொரு பழங்குடிகளான தோடர்களின் வழிபாடுகளில் பாடலும் நடனமுமே முதன்மை. கால்களைத் தரையில் உதைத்து வாயால் எழுப்பும் தோடர்களில் அவர்களது 'கீரிச்' மிடற்றுச் சத்தம் வித்யாசமானது. அது வேட்டைத் தொழிலில் ஈடுபடும்போது விலங்குகளைப் பயமுறுத்த மேற்கொள்ளும் மொழி. இதேமாதிரியான உடல்மொழியினை கிழக்கிந்திய நாகர்களும் தங்கள் நாட்டியத்தில் கடைபிடிக்கிறார்கள். வேட்டை மரபின் தொடர்ச்சி வழிபாட்டிலும் அதன் எச்சங்களோடு இசையாகவும், ஒலிகளாகவும், கருவிகளாகவும் ஒட்டிப் பிணைந்திருக்கின்றன.

தாரை

கொம்புக்கும், தாரைக்கும் அதிகபட்ச வித்யாசம் அதன் நீளம் மற்றும் வளைவுகள். தாரை நல்ல மேல் வளைவும், கீழ் வளைவுமாக ஆங்கில 'எஸ்' எழுத்தின் தோற்றத்தில் பதினைந்து அடி நீளம் வரைக்கும் இருக்கும். நீண்ட தாரையைத் தூக்கி, வாயில் மூட்டில் வைத்து ஊதுவதற்குத் தனி வலுவேண்டும்.

திருநெல்வேலியில் தாரை ஊதிகள் ஒரு குடும்பமாகவே இன்றும் வாழ்கிறார்கள். ஆனித் தேரோட்டத்தின்போது, தேருக்கு முன்பாகத் திருமறைப் பெட்டியை தலைச் சுமடாகத் தூக்கிக்கொண்டு செல்லும் தாரை ஊதிகள் வெள்ளை வேட்டியும் வெற்றுடம்பும், அரையிலே சிவப்புக் கச்சையும் அணிந்திருப்பார்கள். இந்தத் தாரை ஊதிகளின் மூதாதைகளுக்கு, மாறவர்மன் சுந்தரபாண்டியன் தன் காலத்தில் (13ம் நூற்றாண்டு) வழங்கிய சம்பளம் குறித்து நெல்லையப்பர் கோயில் உள் திருச்சுற்றின் கிழக்குச் சுவரில் கல்வெட்டு ஒன்று உள்ளது.

'ஸ்ரீ கோமாறப் பன்மரான திரி புவனச் சக்கரவர்த்திகள் ஸ்ரீ சுந்தரப் பாண்டிய தேவர்க்கு யாண்டுப் பதினைஞ் சா வது..' என்று தொடங்கும் கல்வெட்டில், 'தாரை ஊதிகள் பேர் இரண்டுக்கும் சின்னமூதி பேர் ஒன்றுக்கும்..' என்று குறிப்பிடும் வரிகளின் மூலம், தாரை ஊதிகள்

பத்துபேருக்கு தலைக்கு நாலரையாக நாற்பத்து ஐந்து 'அச்சு' ஊதியம் வழங்கியதை அதில் ஆவணம் பண்ணியிருக்கிறார்கள்.

தாரை ஊதுகிறவர்கள் போல, சின்னம் ஊதுகிறவர்களுக்கும் அன்றைக்குக் கோயில் காரியங்களில் பங்களித்திருக்கிறார்கள். அவர்களை 'சின்னமூதி' என்கிறது கல்வெட்டு. தாரை ஊதிகள், சின்னம் ஊதிகளின் பணி, அறிவிப்பு வரும் நேரத்தில் பிரளயம் கிளம்புவதுபோலக் காற்றிசையால் சூழலை அதிரச் செய்வதும், பொது இடங்களில் மக்களைக் கூடச் செய்யவதுமான காரியங்களில் ஒலி எழுப்புவதும், போர்முகத்தின் வெற்றியை அறிவிப்பதுமாக இருந்திருக்கிறது. சைவத் திருக்கோயில்களில், பூசை நேரங்களில் இவர்களின் இசைப்பங்களிப்பு முதன்மையானதாக இருந்திருக்கிறது.

வேட்டை, மேய்ச்சல், மற்றும் வேளாண் காரியங்களுக்குள் புழங்கிவந்த இசைக் கருவிகளின் வளர்ச்சி ஒருக்கட்டத்தில் நவீனத்தை ஏற்காத மதங்களுடன் உறவு வைத்துக் கொள்ளும் வேளையில் அவை வரலாற்றில்ன் குறிப்புப் பக்கங்களில் இடம்பெற்று விடுகின்றன. அது பயனளவில் இன்றைக்கு அவைபற்றித் தெரிந்து கொள்ள உதவுகிறதே ஒழிய, அதன் பயன்பாட்டுத் தன்மை இல்லாது போவதும், பழமையின் தேய்மானத்தில் அது சிக்கிக் கொள்வதும் தவிர்க்க முடியாததாகி விடுகிறது.

எக்காளம்

கிறிஸ்தவ வேதநூலான விவிலியத்தில்,'கர்த்தரைத் துதியுங்கள் ஏனென்றால் கர்த்தர் நல்லவர். கர்த்தருடைய கருணை என்றென்றும் நிலைத்திருக்கிறது' என்று யொகொவாவைப் புகழ்ந்துபாடும்போது, எக்காளம் ஊதுகிற லேவியப் பாடகர்கள் 13பேர் இடம்பெறுகிறார்கள்.

தாவீதின் சியோன் நகரத்தில் இருந்து 'பரிசுத்தப் பெட்டி' எனும் உடன்படிக்கைப் பெட்டியை எருசலேம் தேவாலயத்திற்குக் கொண்டு வரும்போது, இந்த லேவியப் பாடகர்களும், ஆசாரியர்களும் எக்காளங்களை முழங்குவது பற்றி, ஐந்தாம் நூற்றாண்டைச் சேர்ந்தவர் எனக் கருதப்படும் எஸ்ரா எழுதிய நாளாகமம் குறிப்பிடப்படுகிறது.

"லேவியர்கள் அனைவரும் பலிபீடத்தின் கிழக்குப் பகுதியில் நின்றுகொண்டனர். ஆசாப், எமான் மற்றும் எதுத்தூனிய பாடல் குழுவினர் அனைவரும் தமது மகன்களுடனும் உறவினர்களுடனும் அங்கு இருந்தார்கள். அவர்கள் வெண்ணிற மென்மையான ஆடையை அணிந்திருந்தனர். அவர்களிடம் கைத்தாளங்களும் சுரமண்டலங்களும் தம்புருக்களும் இருந்தன.

லேவியப் பாடகர்களோடு 120 ஆசாரியர்களும் இருந்தனர். இந்த 120 ஆசாரியர்களும் எக்காளங்களை ஊதினார்கள். 13 எக்காளங்களை ஊதியவர்களும் பாடல்களைப் பாடியவர்களும் ஒரே ஆளைப்போல இருந்தார்கள். வாத்தியம், இசை, தாளக் கருவிகளை ஒன்றாக மீட்டி பெருத்த ஓசையை அவர்கள் எழுப்பினார்கள்."

விவிலியம் ஐந்தாம் நூற்றாண்டில் எக்காளம் பற்றிக் குறிப்பிடுகிறது. கிட்டத் தட்ட தமிழகத்தில் பக்தி இலக்கியங்கள் சீராக எழுவதற்கு ஒரு நூற்றாண்டுக்கு முன்பு எருசலேமில் கடைபிடிக்கப்பட்ட மரபு, சைவ மதங்களிலும் அதேபோலத் திருமறைப் பெட்டி, தாள வாத்தியங்கள் முழங்குதல் என இன்றும் இயங்கி வருவது கவனத்திற்குரியது.

மேலும், விவிலியத்தில் மோசேயிடம் பேசும் யொகோவா, 'நீ வெள்ளியைத் தகடாக அடித்து, உனக்காக இரண்டு எக்காளங்களைச் செய்து கொள்..' என்கிறார்.

'உங்கள் தேசத்தில் உங்களை அடக்கி ஒடுக்குபவனோடு போர் செய்யக் கிளம்பும்போது, எக்காளங்கள் ஊதிப் போர் முழக்கம் செய்ய வேண்டும். அப்போது, உங்கள் கடவுளாகிய யெகோவா உங்களை நினைத்துப் பார்த்து, எதிரியிடமிருந்து உங்களைக் காப்பாற்றுவார்.' என்கிறது எண்ணாகமம். ஆக, எக்காளம் கிறிஸ்தவ மதவழிபாட்டில் இடம்பெறும் முன்பே, அவை ஜனங்களை ஒன்று கூட்டுவதற்கும் பயன்பட்டிருப்பதும் தெளிவு.

சூர்

இஸ்லாத்தில் 'சூர் ஊதும் வானவர்கள்' என்று ஒரு குழுவினர் அடையாளம் காட்டப்படுகிறார்கள். அவர்களின் சூர் ஒலி அழிவின் அடையாளம். அல்லாஹ்வின் உத்தரவுக்காக அவர்கள் எப்போதும் காத்துக் கொண்டே இருப்பதாக நபிகள் குறிப்பிடுகிறார்.

ஸூர் (எக்காளம்) ஊதப்பட்டால் அல்லாஹ்வை நாடியவர்கள் தவிர, வானங்களில் உள்ளவர்களும், பூமியில் உள்ளவர்களும் மூர்ச்சித்து விடுவார்கள்; மறுதடவை அவர்கள் யாவரும் எழுந்து, எதிர்நோக்கி நிற்பார்கள். (39.68)

அந்நாளில் அவர்களுக்கிடையே பந்துத்துவங்கள் இருக்காது. ஒருவருக்கு ஒருவர் விசாரித்துக் கொள்ள மாட்டார்கள். (23.101) அந்நாளில், உண்மையைக் கொண்டு ஒலிக்கும் பெரும் சப்தத்தை அவர்கள் கேட்பார்கள். அதுதான் வெளியேறும் நாளாகும்.(50.42) என்கிறது அல் குர்ஆன்.

‘சூர் இசைக்கப்படும்போது, உலகம் அழிந்து போகும். மரணங்கள் சம்பவிக்கும்’ என்பதுபோன்ற இதே விபரங்கள் ஹதீஸில் இடம்பெறுகின்றன. இஸ்லாம் குறிப்பிடும் சூர் (ஸூர்) வாத்தியம் விலங்கின் கொம்பினால் ஆனது. (யொகோவா குறிப்பிடும் எக்காளம் உலோகங்களால் உருவாக்கப்பட்டவை.)

இஸ்லாம் இசைக்கு எதிரான மார்க்கம் என்ற விவாதம் பெயரளவிலாவது நம் காதுகளில் விழுந்திருக்கும். ஷரீஅத் சட்டங்கள் இசைக்கருவிகள் இசைப்பதை தடை செய்தும், சில நிபந்தனைகளுடன் கூடிய விதிவிலக்கு நிலைகளையும் அறிவிக்கின்றன. ஓர் ஆட்டிடையனின் குழல் ஓசையையும் காதுகளைப் பொத்திக் கொண்டு கேட்க மறுத்ததையும், அந்த இசை அல்லாஹ்வுக்குப் பிடிக்காது என்று இஸ்லாத்தின் நபிகளின் காலத்தில் வாழ்ந்தவரெனக் கருதப்படும் நாஃபிவு குறிப்பிடுகிறார்.

அவ்வாறு இஸ்லாம் இசையை விலக்கிக்கொள்ள வேண்டும் என்பதற்கு ஆதாரமாகக் காட்டப்படும் வாக்கியங்கள் பலவும் நபிமொழிகள் என எட்டு மற்றும் ஒன்பதாம் நூற்றாண்டுகளில் தொகுக்கப்பட்ட ஹதீஸ்களிலே இடம் பெற்றுள்ளன. சஹீஹ் சித்தாஹ் என வழங்கப்படும் இவற்றில் முதன்மையாகக் கொள்ளப் படுவது புகாரி. அதில், “ஒரு காலம் வரும், அப்பொழுது எனது சமூகத்தவர் விபச்சாரம், பட்டாடை அணிவது, மது அருந்துவது, இசைக் கருவிகளைப் பயன்படுத்துவதையும் ஆகியவற்றைத் தமக்கும் வேண்டியவைகளாக ஆக்கிக் கொள்வார்கள்.” என்ற வாக்கியம் இடம்பெறுகிறது. இதன் அரபி மூலத்தில், மஆஸிஃப் என்ற சொல்லே “இசை அல்லது ஓர் இயக்கும் கருவியை” இஸ்லாம் வெறுப்பதாகக் குறிப்பிடுகிறது. மஆஸிஃப் என்பதன் நேரடிப் பொருள் “இயக்குதற்குரிய கருவி அல்லது பொழுதுபோக்கிற்காக எழுப்பும் சப்தத்திற்கு ஏற்ப தாளமிடக் கூடியது” என்ற பொருளைத் தருவதாலும், ஹதீஸ்களைத் தொகுத்த பங்களிப்பாளர்களின் நம்பகத்தன்மை ஆகிய கேள்விகளாலும் இந்த இசை வெறுப்பு விசயம் இன்னும் விவாதப் பொருளாகவே தொடர்கிறது.

ஆனால், கடைசி மூன்று ஹதீஸ்கள் எனக் குறிப்பிடப்படும் ஹதீ–ஸ்களில், இசைக்கருவிகள் தாராளமாகவே தென்படுகின்றன. அவற்றில் மத்தளம், கிதார் மற்றும் காற்றிசைக் கருவிகள் இடம்பெறுகின்றன. ஆனால், காற்றுக் கருவி மட்டும் பொதுவாகவே சைத்தானின் இசை என்றே குறிப்பிடப்படுகிறது.

நாதஸ்வரம்

21ம் நூற்றாண்டின் தமிழ்ச்சமூகக் குடும்பங்கள் மற்றும் கோயில் விழாக்களில் முக்கியமான மங்களக் காற்றிசைக் கருவியாக இசைக்கப்படும் நாதஸ்வரத்தின் இன்றுள்ள வடிவம் அவ்வளவு ஒன்றும் பழமை வாய்ந்ததல்ல என்பதுதான் நாதஸ்வரம் மீது வைக்கப்படும் முதல் கலைவிமர்சனமே. குறிப்பாகத் தென்னிலங்கையின் பழங்குடிகளான நாகர்கள் இசைத்த வாத்தியம் தான் நாதசுரம் ஆனது என்று அறியப்பட்டாலுமே கூட நாகர்கள் பற்றிக் கிடைக்கும் இலக்கிய, தொல்பொருள் சான்றுகளில் எவற்றிலும் நாதஸ்வரம் குறிப்பிடப் பட்டிருக்காது. மிகக்குறிப்பாகச் சொன்னால் தற்போதுள்ள ஏழு ஸ்வர நாதஸ்வரம் 1955ல் தஞ்சை மாவட்டத்திலுள்ள நரசிங்கப்பேட்டை ரங்கநாதன் என்பவரால் அறிமுகப்படுத்தப்பட்டதாகவே கருத்துக்கள் நிலவுகிறது.

பழைய வடிவத்திலான நாதஸ்வர இசைக்குறிப்புகள் தமிழில் பதினேழாம் நூற்றாண்டுக்குப் பிறகே காணக் கிடைக்கிறது. காற்றிசையோடு தொடர்புடைய ஓர் துளையிசைக்கருவி எப்படி திடீரென முளைத்து, அநாயசமாகப் பரவி, வேத்தியல் மரபுகளின் சடங்குகளிலும், வழிபாட்டிலும், மற்ற வாத்தியங்கள் அனைத்தையும் பின்னுக்குத் தள்ளி வேகமாக வளர்ந்திருக்க முடியும்.

இன்று நாதஸ்வரம் ஓர் பயன்பாட்டுத் தேக்கத்தை அடைந்துவிட்டது என்பது மறுக்க முடியாவிட்டாலும் கூட அதன் இயக்கு முறைகள் அவ்வளவு லேசில் சமூகத் தாக்கம் பெற்றிருக்க முடியாது என்பது என்னுடைய கருத்தாக இருக்கிறது. சமயங்களில் வரலாறு என்பது பதிவுபண்ணப்பட்ட இலக்கிய மூலங்களில் இருந்தும் கண்ணுக்குத் தெரியும் சான்றுகளில் இருந்தும் மட்டுமே பெறப்படுவது பயன்பாட்டுப் பொருள்களின் மீது இரக்கமின்றி வரலாற்று இழப்பை ஏற்படுத்திவிடக் கூடும். இதற்கு நல்ல உதாரணம் கற்கருவிகளும் கோடரிகளும் கிடைத்த அளவுக்கு மரத்தாலான பண்டைய ஆயுதங்களைப் பெறமுடியாதது.

ஆக, துளையிடப்பட்ட இசைக்கருவியைப் பயன்படுத்துவதென்பது சங்கப் பதிவுகளில் இருந்தே நம்முடைய பண்பாட்டில் தொடரும் ஒன்று என்பது மறுப்பதற்கில்லை. கோல் செலுத்திக் கொண்டே செல்லும் கோவலன் குழல் இசைக்கும் துளை இசைக் கருவி, மேற்குத் தொடர்ச்சி மலைப் பழங்குடிகளின் பீனாச்சிகளும் உறவாடும்

பொழுதில் நாதஸ்வர இசைக்கும் நெடிய பயன்பாட்டுத் தொடர்புகள் இருந்து வந்திருப்பதை நான் ஏற்கவே செய்கிறேன்.

இயற்கைப்பொருள்

தமிழர்கள் பண்படுத்திய யாழ், குழல், முழவு போன்ற ஆதார இசைக் கருவிகள் அனைத்தும் இயற்கையில் கிடைக்கிற பொருட்களிலிருந்தே வரலாற்றுக்கு முந்தைய காலத்தில் தோன்றின என்பது தெளிவு. படலைக்கண்ணி சூடிய கூழாரிடையன், தனக்குத் தேவையான குழலைத் தானே செய்துகொண்டான் என்பதை பெரும்பாணாற்றுப்படை உணர்த்தும். ஆக, குழல் முல்லையிலும், யாழ் குறிஞ்சியிலும் தோன்றியது திண்ணம். சின்னம், பரிச்சின்னம், கொம்பு, கொக்கறை, தாரை, சீவாளி, வேய்குழல், தூம்பு, உயிர்த்தூம்பு, குறும்பரந்தூம்பு, மகுடி, நமரி, வயிர், கோடு, என்று பலவும் தாவர, உயிரினங்களிடமிருந்தும், வார்ப்புகளாலும், மாழைத்தகடுகளாலும் செய்யப்பட்டவை. "ஊதுலைப் பெய்த்த பகுவாய்த் தெண்மணி'' என்ற குறுந்தொகைப் பாட்டில் உலை செய்த வழக்கும் உண்டு.

ஆயினும் இவ்விசைக் கருவிகளில் இன்று பலவும் மக்கள் பயன்பாட்டை இழந்தவை. சங்கம் மற்றும் பக்தி இலக்கியச் சான்றுகளின் மூலம் அறிய முடிந்த இவ்விசைக் கருவிகள் பலதும் நீண்ட படிமலர்ச்சியின் காரணமாக பல்வேறு சூழல்களில் நவீனப்பட்டும், வழக்கொழிந்தும் தோய்ந்தும் போயின. நிறுவனமய மதங்கள் இசையை, இசைக்கருவிகளைத் தங்களுடைய அடையாளங்களில் ஒன்றாக ஏற்றுக் கொண்டதும் அல்லது மறுத்ததும் கூடக் காரணமாக அமையும். ஒன்று தன்னுடையதாக்கிக் கொண்டு பிறர் பயன்பாட்டை இல்லாமல் செய்வது; மற்றது பயன்படுத்தத் தடை என ஒழித்துக்கட்டுவது.

ஆக, இந்த மதங்களின் கேட்டைக் கடந்து, நவீன காலகட்டம் பழங்குடிகளின் இசை மற்றும் கருவிகளின் மீது புதிய வெளிச்சத்தைப் பாய்ச்சுவதை இன்று உலகம் முழுக்கக் காண முடியும். குறிப்பாக மரபுகளுக்குள் சிக்கிக் கொள்ளாமல் மக்களின் இசையாகத் தொடர்ந்தவையே பெரும்பாலும் இன்று மீட்கும் நிலையை அடைகின்றன. உதாரணமாகப் பல கலைஞர்களை இங்கு குறிப்பிட முடியும். கிரீஸின் இசைக்கலைஞன் யானி தன் மேடைகள் தோறும் பழங்கருவிகளையும், அதை இசைக்கும் கலைஞர்களையும், நவீன துல்லியங்களோடு அறிமுகப்படுத்தி வைத்திருப்பவன். உலக மக்கள் திரளின் பண்டைய நம்பிக்கைகளே இவ்விசைக் கருவிகளைக்

காப்பாற்றி வந்திருக்கிறது என்றாலும் மிகையல்ல. நம்முடையதில் சங்க கால ஆயனின் மிடற்றில் இருந்து, எந்தக் கருவிகளுமற்று உண்டான 'வீளை' இசை இன்று இழிவான விசில் சத்தமாகக் கொள்ளப்பட்டாலும் கூட அதன் பயன்பாட்டுத் தொடர்ச்சி இவ்வளவு காலங்கடந்தும் வழக்கில் உள்ளதே!

இயல்-2

வல்லோர் வரிகளில்

திருநெல்வேலி மாவட்டம் ஏர்வாடிக்குப் பக்கமுள்ள இரண்டாம் வரகுணன் காலப் பாறைக் கல்வெட்டில், ஐந்து வரிகள் கொண்ட இசைப்பாடலும், சாத்தூர் இருப்பக்குடியில் 26 மற்றும் 13 வரிகளில் இரண்டு பாடல் கல்வெட்டுகளும் கண்டுபிடிக்கப்பட்டுள்ளன. கி.பி 938ல் கீழமாத்தூர் அதிகாரி, தென்னவன் தமிழ வேளாயின கண்டஞ்சாத்தன், தான் எழுதிய கல்வெட்டுக்களின் ஊடாக ஐந்து வரிகள் கொண்ட பாடல் ஒன்றையும் குறிப்பிட்டுள்ளார். இப்படி செப்பேடுகள், சிற்பங்கள் என இசை தொடர்பான எழுத்துக்களும் சிற்பங்களும் தமிழகத்தின் பல இடங்களில் கண்டறியப்பட்டுள்ளன.

புதுக்கோட்டை மாவட்டம் குடுமியான் மலை கோயிலில் பல்லவர் கால தமிழ் இசைக் கல்வெட்டு ஒன்று அமைந்திருப்பது பற்றி எங்கள் பேராசிரியர் ஆ.பத்மாவதி அவர்கள் தன் பேச்சினூடாகக் குறிப்பிட்டிருந்தார். ஒரு நீண்ட சாலைவழிப் பயணமாக தமிழக கிழக்கு கடற்கரைச் சாலை தொடங்கி, மதுரை, புதுக்கோட்டை, தஞ்சை, திருவாரூர் பகுதிகளைச் சுற்றிவந்தபோது, குடுமியான் மலைக் கல்வெட்டையும், உடன் திருமயத்தில் இசைக் கல்வெட்டையும் காணச் சென்றிருந்தேன்.

குடுமியான்மலை சிகாநாதர் கோயிலுக்குப் பின்னால் உள்ள பாறைச் சுவரில் காணப்படும் கி.பி 7ம் நூற்றாண்டைச் சேர்ந்த அக்கல்வெட்டை தொல்லியல் துறை காப்பாளர் நேரே அழைத்துச் சென்று அறிமுகம் செய்தார். 14க்கு 13 அடி உயர அகலத்தில் நட்ட நடுவில் வலம்புரி இடம்புரி விநாயகரும், நிழலுக்குக் கட்டிய மாடமும், மாடத்தின் உச்சியில் முற்றிய பலாப்பழ எடையில் ஒரு பெரிய தேன்கூடுமாகக் காணப்பட்டது அந்த தமிழ் இசைக் கல்வெட்டு.

அதில், மகேந்திரன் தான் கண்டறிந்த 'சங்கீர்ண ஜாதி' என்ற தாள வகையைக் குறித்தும், தான் இயற்றிய இசைக்குறிப்புகளை ஏழு நரம்புகள் உள்ள வீணையில் வாசிப்பதோடு, எட்டு நரம்புகளிலும் வாசிக்கும் முயற்சியிலும் ஈடுபட்டு வெற்றி கண்டதன் காரணமாக

'எட்டிற்கும் ஏழிற்கும் இவை உரிய' என்று எழுதி வைத்திருந்த குறிப்பையும் அடையாளம் கண்டுகொள்ள முடிந்தது.

உண்மையில் இந்தத் தமிழிசைக் கல்வெட்டை எழுதினது பல்லவன் மகேந்திரனா அல்லது வேறு ஏதும் பாண்டிய மன்னனா என்ற விசாரணைகள் ஆய்வாளர்களிடம் உண்டு. ஆனால், கல்வெட்டில் இடம்பெறும் 'சங்கீர்ண ஜாதி' என்ற பட்டம் மகேந்திரனுக்குரிய நானூற்றுக்கு அதிகமான பட்டங்களில் ஒன்றென்பதாலும், இதேப் பேரில் பல்லாவரம், திருச்சிராப்பள்ளி குகைக்கோயில்களில் மகேந்திரப் பல்லவனின் குறிப்புகள் காணப்படுவதாலும் இவை மகேந்திரனின் உபாயமே என்று நம்பகம் உண்டு.

தமிழகக் குடைவரைகளில் பழமையானது என்று பல்லவர்களுடையது என்றே பல காலம் நம்பப் பட்டுவந்த வேளையில் பிள்ளையார்பட்டி குடைவரை அந்த நம்பிக்கையைத் தகர்த்து, பாண்டியர்களின் குடைவரைக் கலைக்குத் தொன்மையான ஆதாரமாக விளங்குகிறது. மேலும், இதுவரை கல்வெட்டுகளில் மகேந்திரனின் நானூறுக்கு மேற்பட்ட பட்டங்களைச் சான்றாகக் கொண்டே பல கலைப்படைப்புகள் அவர் பேரில் எழுதப்பட்டுள்ளன. குடுமியான் மலை இசைக்கல்வெட்டும் அவ்வாறான ஒன்றாகவே இருக்கக் கூடும் என்பது எனது எண்ணம்.

அறச்சலூர் இசைக்கல்வெட்டு

தமிழ் இசைக்கல்வெட்டுகளில் காலத்தால் மூத்தது என இப்போதைக்கு (2019 வரை) கணக்கிடப்படுவது ஈரோடு மாவட்டம் அறச்சலூர் ஆண்டிப்பாறையில் (அவல்பூந்துருத்தி) உள்ள பாண்டியர் குழி குகையில் காணப்படும் இசைக் கல்வெட்டுக்களே. கல்வெட்டுக்கள் எனும் பன்மை சரிதான். அங்கே காணப்படுவது மொத்தம் மூன்று கல்வெட்டுக்கள்.

கிபி.2ம் நூற்றாண்டைச் சேர்ந்த தமிழி எழுத்துரு கல்வெட்டான அதில், எழுத்துப் புணருத்தான் ம (ணி)ய் வண்ணக்கன் தேவன் சாத்தன் என்ற வாக்கியங்களோடு, தாள ஜதியைக் குறிக்கும் 'த தை தா தை த' உள்ளிட்ட பத்து அடைவுகளை இரண்டு பகுதிகளாகப் பிரித்து எழுதியுள்ளனர்.

சிலப்பதிகாரத்தில் இசைக் கலையைக் கற்பிக்கும் குழல் ஆசிரியர், யாழ் ஆசிரியர்களை 'புணர்க்க வல்லனாய்' என்று குறிப்பிடுகிறார் இளங்கோ. அதேப்போல வண்ணக்கன் தேவன் சாத்தனும் இந்த அடைவுகளை உருவாக்கிய ஆசிரியனாகவே இருக்கக்கூடும்

என்று கருதுகிறார் கல்வெட்டு ஆய்வாளர் பேராசிரியர் பத்மாவதி ஆனையப்பன்.

'வண்ணக்கன்' என்பவர்கள் அக்காலத்தில் மதிப்பு மிக்க உலோகம், ரத்தினங்கள், நாணயங்களை ஆய்ந்து அதன் தரத்தை (வருணத் தரம்) அளவிடுபவர்களாக அறியப்படுபவர்கள். புறப்பாடலில் தேர்வண் மலையனைப் பாடும் வடம வண்ணக்கன், நற்றிணையில் வரும் விற்றூற்று வண்ணக்கன் தத்தனார், வண்ணக்கன் சோருமருங் குமரனார் ஆகியோர் இதேப் பெயருடைய சங்கப் புலவர்களாக இடம்பெறுகிறார்கள்.

இசை வேந்தே!

இசைக் கலைக் கோட்பாட்டைக் கொண்ட நூல்கள் பல சங்க இலக்கிய நூல்களுக்கு முந்தையனவாக அறியப்படுகின்றன. அவற்றில் தலைச் சங்கப் புலவர்கள் எழுதின நூல்களில் இசைத்தமிழ் நூல்களாக, பெருநாரையும், பெருங்குருகும் இறந்தன என்றே களவியல் உரை எழுதியவர் குறிப்பிடுகிறார். தொல்காப்பியமும் "அன்பிற் துயிர்த்தலும் ஒற்றிசை நீடலும் வெளவென மொழிப இசையோடு" என்று பண்டைய இசைத்தமிழ் நூற்களின் இருப்பையும் அழிவையும் உணர்த்திக் கொண்டே இருக்கும். ஆற்றுப்படை இலக்கியமும் கூட என்பதே உடைமைச் சமூகத்தின் கலை இயல் இசை மூன்றும் அவர்களின் நிலம், நாடு, கொடை, நகரம், ஆட்சி, வீரம் ஆகியவற்றைப் புகழ்வதின் பின்புலமாக வெளிப்பட்ட கலை ஆர்வத்தின் தாக்கங்களே.

முழவு, ஆகுளி, பாண்டில், கொம்பு, குழல், தட்டை, எல்லரி, பதலை எனப் பல்லியங்களைச் சுமந்துகொண்டு, கூத்தர்கள் நன்னனின் மலைநாடு நோக்கிச் செல்கின்றனர். வயிரியர், கண்ணுளர் எனும் கூத்தர்களாலே மலைபடுகடாம் உண்டானது. கள்ளும் கருவாடும் மாட்டிறைச்சியும், மெல்லிய புல்லரிசியும் இன்னும் நானில விளைபொருட்களையும் பாணர், கூத்தர், பொருநர், விறலியர் முதலான கலைஞர்களுக்கு விருந்தாக அளித்து, அவர்களின் இசையையும், பண்ணையும், கூத்தையும் கொண்டாடினவர்கள் தமிழ் வேந்தர்கள். துடியன், பாணன், பறையன், கடம்பன், என்று இந்நான் கல்லது குடி இல்லை (புறம்.335) என்பது அவர்களது தொல்மரபு.

அவர்களது பல்லியம் இசைக்கருவிகளின் தொகுப்பைக் குறிக்கக் கூடிய பெயர். ஆற்றுப்படை நூல் முருகனைக் குறும்பல்லியத்தவன்

என்கிறது. குறும்பல்லியம் குறைந்தபட்ச இசைக்கருவிகளை வாசிக்கக்கூடிய சின்னமேளம் எனக் குறிப்பர். கொளை என்பது நம் இசைப்பாட்டு. இவ்வாறு குழுவாக இசைபாடுவதை ஆமந்திரிகை என்றும், இசை வெளிப்படும் இடத்தை நிலம் என்றும், தாளமும் பாட்டும் பாணி எனவும், இறந்தோர் ஆட்டத்தை அல்லியம் என்றும் குறிக்கிறது தமிழ். இவ்வாறு இசைச்சொல் அரும்பதங்கள் பல தமிழிசையின் தனித்துவம் போலவே வழக்கில் இல்லாமல் போனது துயரம். இசையிழந்த அரசு என்பது களையிழந்த வீட்டிற்குச் சமம்.

பாண்டியர்

பாண்டிய மன்னர் தன் அரியணைக்கு 'இசையளவு கண்டான்' எனப் பேரிட்டிருந்தார். கடைச் சங்கப் பாண்டியர் காலத்தில் மதுரையில் இயற்றப் பெற்ற பரிபாடலை இசை நூல் என்றே வருணிக்கிறோம். அதன் ஒவ்வொரு பாட்டிற்கும் எழுதியவர், பண் பெயர், அதற்கு இசை வகுத்தவர் எனத் தகவல்கள் இடம்பெற்றிருக்கின்றன.

கிடைக்கப்பெற்ற 22 பாட்டிற்கும் நாகன், நன்னாகன், நந்நாகன், பெட்டநாகன், கண்ணாகன் என நான்கு இசையாசிரியர்கள் இசை அமைத்திருக்கிறார்கள். கேசவன், நல்லச்சுதன் இருவரும் தங்களுடைய பாட்டுக்குத் தானே இசை அமைத்தவர்கள். இதைவிட பாண்டியர் காலத்தைய தமிழிசைச் சமூகத்தின் வளத்தையும் சிந்தனை ஆழத்தையும் விளக்க வேறு நல்ல சான்று தோதில்லை.

பல்லவன்

பல்லவ மன்னனான ராஜ சிம்மன் இசைக்கருவிகள் இசைப்பதில் வித்யாதரன் (வித்யாதரனை ஒத்தவன்) என்றும், அதோத்ய தும்புரு (வேதங்கள் குறிப்பிடும் குதிரை முகம் கொண்ட கந்தர்வ இசை வல்லுநன்) என தும்புருவுக்கு ஒப்பாகவும், வீணை வாசிப்பதில் நாரதனைப் போன்றவன் என்றும் காஞ்சி கயிலாசநாதர் கோவில் கல்வெட்டுகள் குறிப்பிடுகின்றன.

சோழன்

சோழ தேசத்தில் ஆயிரக் கணக்கில் இசைக் குறிப்புகள் உண்டு. காவிரிப் பூம்பட்டின மருவூர் பாக்கத்தில் பெரும்பாணர்க்கு இருக்கை அமைத்துத் தந்து, இசையறிஞர்கள், துணைக்கருவியர், தோற்பறை இசைஞர், நரம்பிசையாளர், கண்டத்தாற் பாடுவோர் என நால்வகைப் பிரிவினரையும் ஒருங்கமரச் செய்து தன் அவையில் இசை வளர்த்தான் வேந்தன் என்பதை சிலம்புப் பாடல்கள் எடுத்துரைக்கின்றது.

குழலினும் யாழினும் குரல்முதல் ஏழும்
வழுவின் றிசைத்து வழித்திறங் காட்டும்
அரும்பெறல் மரபிற் பெரும்பாண் இருக்கையும் – (இந்திர. 35.7)

முதலாம் இராஜராஜன், உடுக்கை, கொட்டு மத்தளங்கள் வாசிக்க ஐம்பதின்மர் உட்பட, ஐநூற்றுக்கும் மேற்பட்ட இசைக்கலைஞர்களை தஞ்சை பெரிய கோயிலில் நியமித்து இசை நாடகம் வளர்த்தான் என்பதை அவனது கல்வெட்டுகள் பறைசாற்றுகின்றன. ஒலிமிகு சிறுபறை, மணி, எக்காளம், போர்ப்பறை, முரசு, பேரொளி, சங்கம் முதலியவை திசையெல்லாம் முழங்க தானே மன்னனாக முடிசூட்டிக் கொண்ட அருண்மொழித் தேவர் என்றே குறிப்பிருக்கிறது திருவாலங்காட்டுச் செப்பேடு.

சேரன்

சேர செங்குட்டுவனின் பாட்டன் உதியஞ்சேரலுக்கு இன்னிசை முரசின் உதியஞ்சேரல் என்ற பட்டம் வழங்கப்பட்டிருந்தது. அவன் போர் புரியும்போது, இயவர்கள் ஆம்பலங் குழல்களை ஊதினார்கள் என்கிற செய்தியும் சங்கப் பாடல்களின் மூலம் பதிவாகிறது.

இன்னும் நுணுக்கமாகச் சொன்னால் அன்றைக்குக் காலக்கட்டங்களில் பஞ்ச மகாசப்தம் என்ற இசை வாத்தியங்களே மன்னர்களின் அதிகாரத்தைக் குறிக்கும் சின்னங்களாக இருந்துள்ளன. போரில் தோற்ற மன்னர்கள் தமது பஞ்ச வாத்தியங்களான எக்காளம், மணி, முரசம், ஊதுகுழல்கள், பறைத் தாளங்களை வெற்றிபெற்ற எதிரி அரசனிடம் கையளிக்கும் பழக்கம் நடைமுறையிலிருந்த்து. போரின்போதும், வெற்றிக் களிப்பிலும் வேந்தர்கள் முரசறைந்து, பறைத்தாளம் இசைத்து பண் பாடச் செய்ததை இலக்கியக் குறிப்புகள் மூலம் அறியமுடியும்.

குறும்பர்க்கு எறியும் ஏவல் தண்ணுமை –
(புறம்.293) தண்ணுமை = மத்தளம்.
பெருந் துடி கறங்கப் பிற புலம் புக்கு, –
(குறிஞ்சி.77) துடி– தோல் மேளம்.
பெருங்களிற்று அடியின் தோன்றும்
ஒருகண் இரும்பறை
–(புறம் .263)

தமிழிசை மீட்சி

செழிப்போடு இயங்கி வந்த பண்டைய தமிழிசை மரபு ஏறத்தாழ 20ம் நூற்றாண்டின் மத்திய காலங்கள் வரை அடையாளமற்றுப்

போயிருந்தது. அன்றைய தமிழகத்து இசை அரங்குகளை தெலுங்குப் பாடல்களே ஆட்சி புரிந்தன.

அந்நிலையில் செட்டிநாட்டு அரசர். சர்.அண்ணாமலைச் செட்டியார், ஆர்.கே.சண்முகம் செட்டியார், எம்.ஏ முத்தையா செட்டியார் ஆகியோரின் முயற்சியால் தமிழிசைச் சங்கங்கள் தோற்றுவிக்கப்பட்டது. அதற்கு சாம்பவர் வடகரைச் சேர்ந்த ஆபிரகாம் பண்டிதர் போன்றோர் விதை செய்திருந்தார்கள்.

பலனாக, ஒவ்வோர் ஆண்டும் சென்னையில் தமிழிசை மாநாடு நடைபெறத் துவங்கியது. தமிழ் இசை ஆராய்ச்சிகள் எழுந்தன. சங்க நூல்களை ஆராய்ந்து பழைய இசைக்கருவி குறித்த செய்திகள் திரட்டப்பட்டன. விபுலாணந்த அடிகளார் யாழ்நூலை எழுதினார்.

யாழுளே பிறப்பினும்

தமிழிசை எனும் பெருஞ்செல்வம் அழிபட்டுப் போனதற்கு கண்முன்னைய சாட்சி யாழிசை நீங்கியது. குடுமியான் மலைக் கல்வெட்டு வரிகளில் காணப்படும் 'எட்டிற்கும் உரிய' என்ற சொல் கூட எட்டு நரம்புகளைக் கொண்ட 'பரிவாதிநி' எனும் வீணை என்றே தொல்லியல் குறிப்புகள் முழங்குகின்றன.

வீணைகள் பற்றிய பழைய குறிப்புகள் பல்லவ இலக்கியங்களில் காணப் பெற்றாலும் பண்டைய தமிழ் இலக்கியங்களில் வீணையின் இடங்களை யாழ்களே கொண்டிருந்தன.யாழ் தமிழுக்குரியது, வீணை சாளவத்திற்கு உரியது.

தமிழில் 'யாழ்' எவ்வாறு நரம்புக் கருவிகள் அனைத்திற்குமான பொதுச் சொல்லாக ஆனதோ, அவ்வாறே வடமொழியில் அமைந்த வீணையும் அனைத்து நரம்புக் கருவிக்கும் வழங்கப்படும் பேராகி நின்றுவிட்டது. யாரறிவார், யாழேந்திய நாமகள் வீணையை ஏந்தத் துவங்கிய காலத்தைக் கணித்தால் தமிழுக்கு வீணை வந்த காலமும் அறியலாம். ஆனால், தற்போது பயன்பாட்டில் உள்ள வடிவம் வெகு அண்மையில் உருவானது என்பது உண்மை.

வீணை, யாழ் முதலான நரம்புக் கருவி, அம்பை எய்யும்போது வில்லின் நாண் அதிர்வுறும் ஒலியில் இருந்தும் பிறந்தது என்பதற்கு ராம காதையில் வரும் குறிப்பு ஓர் கற்பனை இலக்கியச் சான்று.

ராவணன் யுத்தக் களத்தில் பிரவேசிக்கும்போது 'என் வில்லெனும் வீணையை அம்பினால் மீட்டுவேன்; அதைக் கேட்கும் பகைவர் நாற்திசையும் சிதறி ஓடுவார்' என்ற உவமை வரிகள் இங்கு பொருள் கொள்ளத் தக்கவை. கூடவே ராவணன் யாழ் இசைப்பதில் வல்லவன்

என்ற குறிப்பும், ராவணனின் அசல் பெயர் சம்பாசுரன் எனும் பேர்கொண்ட பாண்டிய மன்னன் என்பதும் கவனிக்கத் தக்கது.

"ஒரு பெண் தோழியை அணைத்துக்கொண்டு உறங்குவதுபோல, மங்கை ஒருத்தி 'பாரிவதினி' எனும் வீணையை அணைத்துக் கொண்டு உறங்கினாள். பொன் நரம்புகளைக் கொண்டது அவ்வீணை" என்று அஸ்வகோஷ் புத்த சரிதத்தில் குறிப்பிடுகிறார்.

சிலப்பதிகாரத்தின், ஆய்ச்சியர் குரவையில், ஏழு பெண்களை நரம்புகளாக்கி அவர்களை நரம்பின் நிலைகளிலே நிறுத்தியதாகக் குறிப்பு உண்டு. அவர்கள் நிறுத்தப்பட்ட, குரல், இளி, துத்தம், கைக்கிளை, உழை, விளரி, தாரம் ஆகிய ஏழு வரிசையைக் கொண்டு இசைக்கும் இசைக்கு முல்லைப்பண் என்று பொருள் விளக்குவதுண்டு.

இன்னொரு ருசியான செய்தி, கி.பி.ஆறாம் நூற்றாண்டில் எழுதப்பட்ட தண்டி மகாகவியின் தசகுமார சரித்திரத்தில் வரும் திருடன் ஒருவன் கன்னக்கோல் வைத்து இரவில் திருடச் செல்கிறான். அப்போது 'காகலி' குறட்டில் செய்த நரம்பு வீணையை (யாழை) இசைத்து, அதன் இசையைக் கேட்டு உறங்குபவர் யாரும் எழவில்லை என்றால் தைரியமாகத் திருடச் செல்வான் என்று சம்பவம் காணப்படுகிறது. 'காகலி நிஷாதம்' என்பது மயக்கத்தையும் தளர்ச்சியையும் குறிக்கும் சொல். அந்தரங்கத்தோடு தொடர்புடைய மூர்ச்சனையைத் தரும் இசை.

யாழின் நரம்புகள் ஒரு குறிப்பிட்ட பண்ணுக்கு சுருதி அமைக்கும் விதத்தில் பயன்படுத்தப்பட்டன. ஒவ்வொரு சுரத்துக்கும் ஒரு நரம்பு என்றமைந்த காரணத்தினால், வீணைகள் ஒரே நரம்பில் பல சுரங்களை இசைக்கும் வாய்ப்பைத் தந்தன. இதனால், பத்தாம் நூற்றாண்டு காலகட்டத்தில் யாழ் தென்னிந்திய இசைமரபிலிருந்து மறையத் துவங்கியது.

இருப்பினும் நரம்பிசைக்கு முன்னோடியாக இன்றும் யாழே விளங்குகிறது. யாழ் பாணன் ஒருவன் இறந்தால் அவனது யாழ் மற்றொருவனை அடையும். பாணர் பெற்ற யாழிசைக் கல்வியும் செவிக்குரியதாக இருந்தது. எனினும் கற்ற கல்வி தமக்கு வறுமை துடைக்கும் கருவியாக இல்லையே என யாழிசைக்கும் பாணர்கள் அலமந்தனர் என்று இலக்கியப் பாக்களில் காணக்கிடைக்கிற சொற்களாகும்.

இயல்-3

தலைப்பறையும் கீழாளும்

கல்வெட்டு வாசிப்பு குறித்த ஆர்வம் கிளர்ந்தெழுந்த காலத்தில் எனது கெனான் 1100டி எஸ்.எல்.ஆர் கேமிராதான் என்னுடைய தோள் துணையாக நான் போகிற ஊர்களுக்கெல்லாம் கூடவே வரும். இன்னொரு நபர் என்னைத் தூக்கிச் சுமக்கும் இருச்சக்கர வாகனம். முறையே அதிதி பரிதி எனப் பேரிட்ட இவைகளோடே வாரக் கணக்கில் ஊர்சுற்றி, கண்ணில் கண்ட ஊர்கள், கோயில்கள், கல்வெட்டுகள் அதில் கண்ணுக்குத் தட்டுப்பட்ட செய்திகள் என அனைத்தையும் புகைப்பட ஆவணங்களாகச் சேமித்துக் கொண்டு அதுபற்றிய ஆய்வுகளிலும், தகவல் திரட்டலிலும் ஈடுபட்டேன். அப்படிச் சேமித்த புகைப்படத்தில் ஒன்று தஞ்சை மாவட்டம் திருவிடை மருதூர் மகாலிங்கம் கோயிலில் உள்ள கல்வெட்டு. அதில் வைகறை ஆட்டம் என்ற 'கூத்துக் கலை' குறித்த செய்தி இடம்பெற்றிருந்தது.

கல்வெட்டு வரிகளின்படி, பறை இசைக்கும் உவச்சர்களை அந்தக் கோயிலில் பணி நியமனம் செய்த விபரம் குறிக்கப்பட்டிருந்தது. சரி யாரிந்த உவச்சர்கள்? கி.பி.980ல் உத்தமசோழன் காலத்தைச் சேர்ந்த மகாலிங்கம் கோயிலின் கல்வெட்டுக் குறிப்பு, 'இரண்டு உவச்சர்கள் உட்பட பத்துபேரைக் கொண்டு வைகறை விடியலில் பறை இசைக்க வேண்டும்' என்று குறிப்பிடுகிறது.

கி.பி984ல் எழுதப்பட்ட, திருவெண்காடு சுவேதாரண்யேஸ்வரர் கோயில் கல்வெட்டில், பறை இசைக்கும் உவச்சர் குழுவினரின் தலைவரை 'தலைப்பறை' என்றும், அவருடைய குழுவினரை 'கீழாள்' என்றும் குறிப்பிட்டுச் சொல்கிறது. இந்த உவச்சர்கள் காளி கோயிலில் பூசை செய்பவர்களாகவும், சங்கு, காளம் ஊதுபவர்களாகவும், பறை இசைப்பவர்களாகவும் அறியப்படுபவர்கள். முன்பாக, கம்பராமாயணம் எழுதிய கம்பர் உவச்சர் குடியைச் சேர்ந்தவர் எனும் குறிப்புகளை அறிந்திருந்ததால் இந்தத் தனித்தனிச் செய்திகளை இணைத்துப் பார்க்கவும் தவறவில்லை.

பறைப்பாணி

உத்தமசோழனின் கல்வெட்டில் குறிப்பிடப்பட்டிருந்த 'வைகறை விடியல்' மருத நிலத்திற்குரியது. 'வைகறை விடியல் மருதம்' (தொல்காப்பியம்:19:9) காலையில் மருதமும், மாலையில் செவ்வழியும்,

நள்ளிரவில் குறிஞ்சியும், பாடுவது பழந்தமிழக இசைமரபு. இதையே, 'யாழோர் மருதம் பண்ண' என்கிறது மதுரைக்காஞ்சி (658). 'செவ்வழி யாழிசை நிற்ப' என்பது கலித்தொகைப் பாடல் (143)'பெருவரை மறுங்கிற் குறிஞ்சி பாட' என்கிறது அகநானூறு(102).

ஆக, வயல் நிறைந்த மருத நிலப் பகுதியான தஞ்சை சுற்றுவட்டாரங்களில் அதிகாலையில் நிகழ்த்தப்பட்ட இந்த வைகறைக் கூத்துகளில் பொருநரின் 'வைகறைப் பாணி' (கிணை நிலைப் பொருநர் வைகறைப்பாணி– சிலம்பு) இசைக்கப்பட்டது. இதில் பாணி என்பது பண்ணையும் தாளத்தையும் குறிக்க, வைகறைப் பாணி மருத நிலத்தின் அதிகாலை இசைப் பாடலைக் குறிப்பிடுகிறது.

ஞானசம்பந்தர் தன் திருவலம்புரப் பதிகத்தில், 'பண்ண வண்ணத்தன் பாணி செய்ய பயின்றாரிடம் போலும், வண்ண வண்ணப் பறைப்பாணியரு வலம்புர நன்னகரே' என்று பாடுகிறார். இதன்மூலம் பறைப்பாணி என்பது பறைத் தாளத்தோடு இசைக்கும் பாடல் வகையைச் சேர்ந்தது என்பதும், அது கோயில் கூத்தாக, அதன் நிதியிலிருந்தே நிகழ்த்தப்பட்டது.

சம்பந்தரின், வண்ணப் பாடல்கள் பறையிசையில் ஒலித்தது என்ற கூற்றின் அடிப்படையில், தோல் கருவியான பறையிசை நுட்பமான கூறுகளை உடைய பண்களை இசைக்கும் கருவி என்பதை அறியலாம்.

அதை இசைத்த 'தலைப்பறைஞர்' கோயிலில் நடைபெற்ற 'ஸ்ரீபலி' வழிபாட்டு வைபவத்தின்போது, இந்தத் தாளவிசைக் கருவிகளை இசைத்ததாகவும், அவரது கீழாள்கள் கரடிகை, கைம்மணி, மத்தளம், தாளம், காளம், ஸ்ரீகாளம், சங்கு, சேகண்டை போன்ற மற்ற இசைக் கருவிகளை இசைத்ததாகவும் தஞ்சை மாவட்டம் குத்தாலம் மற்றும் சென்னை திருவான்மியூர் கல்வெட்டுக்கள் குறிப்பிடுகின்றன.

பறையும் நிலமும்

திருவான்மியூர் கல்வெட்டில், தலைப்பறை ஒருவரும், அவருடைய கீழாள் பதினான்கு பேரும், தஞ்சை குத்தாலம் கல்வெட்டில், தலைப்பறை ஒருவரும் கீழாள்கள் பதினோருபேரும் அந்தந்த கோயில்களில் இசைக் கலைஞர்களாகப் பணியாற்றியதை அறிய முடிகிறது.

இவர்கள், தோல், கஞ்சம், நரம்பு, காற்றிசையோடு சேர்த்து குரலிசை ஐந்துமாக தலைப்பறையின் தாளத்திற்கு ஏற்ப இசைத்து வைகறை ஆட்டம் நிகழ்த்தியதைத் திருவெண்காடு மற்றும் திருவிடைமருதூர் கல்வெட்டுக்கள் தெரிவிக்கின்றன.

நான்கு ஆண்டுகளுக்கு முன்பு, திருநெல்வேலி பாளையங்கோட்டை கோபால சாமி கோயிலில் உள்ள முதலாம் ராஜராஜன் காலத்து (கிபி.1007) கல்வெட்டு ஒன்றை வாசிக்க நேர்ந்தது. அதில், 'உவற்சர் (தலை) பறை கொட்டுவானொருவனுக்கு நில.. நிலன் பன்னி ரெண்டும்' என்ற வாக்கியம் காணக் கிடைத்தது. இதன்படி, நிவந்தமாக அவர்களுக்கு வழங்கப்பட்ட நிலம் குறித்த செய்தியை அறிய முடிகிறது.

தஞ்சை ராஜராஜேஸ்வரமுடையார் கோயிலில் தமிழ் பாடுவாரும், ஆரியம் பாடுவாரும், கானபாடிகளுமாகத் தனித்து, நாடகம், கலை, கூத்துகள் நிகழ்த்தியதை முதலாம் ராஜராஜன் கல்வெட்டின் வழியாக அறியமுடிகிறது. இவர்களில் ஆரியக் கூத்தர்கள் நீங்கலாக இடம்பெற்றிருந்த தமிழ் பாடுவோர், உவற்சர் அனைவரும் தமிழ் இலக்கிய மரபிலமைந்த இயல், இசை நாடகங்களை இயற்றி நடித்திருக்கிறார்கள்.

திருவிடைமருதூர் கோயில் தேவரடியார் ஒருவருக்கு இந்த இசைக்கூத்துப் பாணர் ஒருவரே முன்னின்று பாட்டுச் சொல்லித் தந்ததாகவும், அவருக்கு பரம்பரை பரம்பரையாக அனுபவிக்க வயல், நிலம், மனை ஆகியவை நிவந்தமாக அளிக்கப்பட்டதும் இந்தக் கல்வெட்டுச் செய்திகளில் உள்ளன.

இதன்வழியாக இயல், இசை, நாடகம் என முத்தமிழ் சிறப்பு மிக்கவர்களாக உவற்சர்கள் குறிப்பிட்ட கால அளவு வரைக்கும் தமிழ்ச் சமூக வரலாற்றில் மதிப்பு மிக்கவர்களாக வாழ்ந்து வந்ததை அறியமுடியும். கலை, இசை, கூத்து எனக் கொண்டாட்டமான வாழ்வமைந்த குடிகளான இவர்களின் பண்ணிசை நுணுக்கம் பற்றி பக்தி இலக்கிய காலத்தின் சமயக் குரவர்கள் ஒவ்வொருவரும் வியந்தோதியிருக்கிறார்கள். மன்னர்களும், அதிகாரிகளும் போற்றி ஆதரிக்கும் கல்வி, கலைச் சிறப்பு மிக்கவர்களாக அவர்கள் வாழ்வு அமைந்திருக்கிறது.

பறை வேளாண் சமூக அமைப்பு தோன்றுவதற்கு முன்பே வேட்டைச் சமூக அமைப்பில் தனி இடம்பெற்ற இசைக்கருவி. பறையிசை யருவி நன்னாட்டுப் பொருநன் நோயிலனாயினன்'' என்பது இவ்விசை கேட்டு உடல்நலம்பெற்றதைக் குறிக்கும்.

நிலத்திற்குரியவர்களாகவும், வேட்டை, உழவுத் தொழிலுக்கு உரியவராகவும் அமைந்த இவர்களைக் குறித்து இந்தக் கல்வெட்டுக் குறிப்புகள் பூசைத் தொழிலுக்குரியோர் எனக் குறிப்பிடுகின்றன. பிறகு

பறைக் கருவி தமிழில் ஐந்திணைகளிலும் இடம்பெற்ற ஓர் பண்டைய இசைக்கருவி. "இன்னிசைப் பறையோடு வெற்றி நுவல" என வெற்றிக்குரிய நேரம் இசைக்கும் கருவியாக புறநானூறு அறிவிக்கிறது. கொல்லேற்றுத் தோலைப் பகைவரின் காவல் மரங்களை வெட்டி, வார்கொண்டு பிணைத்து முரசு செய்து அரசனுக்குக் கொடை முரசு கொடுத்ததும், அதை அரசன் மதிப்புறு பொருளாகப் பெற்றுக் கட்டில் செய்து காத்ததும் இலக்கியச் சான்றுகள். (கடல்பிறக்கோட்டிய செங்குட்டுவன் மோகூர் மன்னனின் காவல் மரமான வேம்பினை வெட்டி, அம்மன்னனின் மகளிர் கூந்தலை வெட்டி கயிறாகக் கொண்டு வந்து முரசு செய்தான் எனும்போது முரசின் பெருமை மன்னனால் நீங்கிற்று.)

நிலமும் இழப்பும்

பழந்தமிழரின் இசைக்குழும வாழ்க்கை முறைமையில், பார்ப்பன வர்ணப் பாகுபாடு கலக்கபட்ட காலக்கட்டத்தில் இந்த இசைக் கலைஞர்களின் மீது தீண்டாமை கட்டவிழ்க்கப்பட்டது. 'மேதினி வளரும் சாதி ஒழுக்கமும் நீதி அறமும் பிறழாது' ஆட்சி நடத்தியதாகக் குறிப்பிடப்படும் சோழர்களின் காலத்திலே இம்மாற்றங்கள் வெகு அதீதமாக அரங்கேறியது.

நிலம், வேளாண்மை சார்ந்து இயங்கிய குடித் தொழிலாளர்கள் கோயில்களில் தமக்களிக்கப்பட்ட உரிமைகளை இழப்பதும், 'பைங்கொடிச் சுரை மேற்படர்ந்த பழங்கூரையுடைப் புற்குரம்பைச் சிற்றிலில்' வாழ்ந்த அவர்கள் நிலங்கள் சாட்சியங்களின்று பறிக்கப்பட்டதும் நிகழ்ந்தேறிய காலமும் அதே.

தொல்குடித் தமிழ்ச் சமுதாயத்தின் இசைக்கலைகளும், பண், பாடல் முதலான இலக்கண, இலக்கியப் படைப்புகளும் வேண்டிய மட்டும் உள்வாங்கிக் கொள்ளப்பட்டு, அதன் கலைஞர்கள் புறந்தள்ளப்பட்ட சமூக மாற்றத்தை, வரலாறு, கல்வெட்டு, இலக்கியப் பிரதிகள், அதன் வடமொழி கலப்பு, தமிழ் வேந்தர்களின் அதிகார பலமிழப்பு, பக்தி இலக்கிய வளர்ச்சியைத் தமக்குச் சாதகமாகப் பயன்படுத்திக் கொண்ட நிறுவனமய மதங்களின் அரசாதிக்கம், பொருளாதார ஏற்றத்தாழ்வு நிலை, அந்தஸ்துகளுக்காக அடையாளமிழந்து அதிகாரத்தின் ஒத்திசை வாளர்களாக மாறிப்போன இடைநிலைக் குடிகள், அடிமை மனோபாவம், எதிர்ப்பாளர்கள் மீது நிகழ்த்தப்பட்ட அடக்குமுறைகள் எனப் பல்வேறு காரணிகளைக் கொண்டு அலசமுடியும்.

எல்லா சமூக மாற்றங்களுக்கும் மூலகாரணியாக பொருளாதாரமும், அடிமைத் தனமும், அதிகாரமுமே இருந்திருக்கிறது. அவற்றைத் தீண்டாமை, சாதிய வகுப்புவாதம் என அதிகாரவர்க்கம் தங்கள் வசதிக்கொப்ப மாற்றி அமைத்தன. இந்த இலக்குகளில் தமிழ்ச் சமூகம் தன்னிறைவு எய்தும்போதே நவீன கால சமூக மாற்றம் சாத்தியப்படும்.

துரோகத்தின் கல்வெட்டு

"சரித்திரத்தில் துரோகத்துக்கான அடையாளச் சொல்லாக அறியப்படும் 'யூ டூ ப்ரூட்டஸ்?' *(Et tu, Brute?)*–ன் வயது 2060க்கும் மேல். துரோகத்தின் உண்மையான வயது தான் என்ன?

குடியாட்சி நடைபெற்றுக் கொண்டிருந்த ரோமாபுரிக்குத் தன்னை ஒரே பேரரசனாகப் பட்டம்கட்டிக் கொள்ள நினைக்கிறான் சீசர். ஆனால், ரோம அரசதிகாரத்தைக் கண்காணிக்கும் செனட் சபை உறுப்பினர்களான காஷியஸ், காஸ்கா, டெஷியஸ், மெட்டலஸ்கிம்பர், டிரபோனியஸ், சின்னா, புரூட்டஸ் ஆகியோர் வரம்பற்ற அதிகாரத்தை சீசர் தன் கையில் எடுப்பதை விரும்பவில்லை. தங்களது அதிகாரம் காணாமல் போகும் என்பதோடு ரோமாபுரியின் எதிர்காலம் கேள்விக்குறியாகும் என்று அஞ்சுகிறார்கள். அவர்கள் சீசரை அறிவுறுத்துகிறார்கள். சீசர் மறுத்துப் பேசுகிறார். உடனிருக்கும் புரூட்டஸ் செனட் சபையினர்கள் எல்லோருமாக கலந்துபேசி முடிவெடுக்கட்டும் என்று சீசரைச் சமாதானம் செய்கிறான்.

புரூட்டஸ் மீது சீசருக்கு அன்பிருக்கிறது. தான் மன்னனாகும்போது நீ என்னோடு இருக்கவேண்டும் என்று சீசர் சொல்லும்போது, உங்கள் விருப்பப்படி நடப்பேன் என்கிறான் புரூட்டஸ். செனட் சபை கூடிப் பேசி, ரோம ராஜ்யத்துக்கு சீசர் முதன்மைத் தளபதியாகவும் மற்ற தேசங்களுக்கு அரசனாகவும் காட்டிக் கொள்ளச் சொல்லுகிறார்கள். அதுவே செனட் சபையின் முடிவு. சபையின் முடிவை தளபதி ஏற்றே ஆகவேண்டும் என்கிறார்கள். அதை மீறிக் காட்டுகிறேன் என்று சீசர் சீறுகிறான். அன்றைக்கு இரவில் சீசரின் மனைவி கல்பூர்னியா துர்கனவு ஒன்றைக் காணுகிறாள். அதன்காரணமாக, நீங்கள் நாளை சபைக்குச் செல்லக்கூடாது என்று சீசரைத் தடுக்கிறாள். சீசர் மனம் ஆபத்தை உணர்கிறது. மறுநாள் சபைக்குச் செல்வதைத் தவிர்க்கவேண்டிய நிர்பந்தம் அவனுக்கு ஏற்படுகிறது. ஆனபோதும் டெஷியஸ் சாமர்த்தியமாக கனவின் அர்த்தத்தைத் திரித்துச் சொல்லி மறுநாள் காலை அவனைச் சபைக்கு அழைத்து வருகிறான்.

ஊரெங்கும் சீசர் மன்னனாக முடிசூட்டும் நிகழ்வைக் கேள்விப்பட்டு மக்கள் திரளாக வீதிக்கு வந்து ஆரவாரம் செய்து வரவேற்கிறார்கள். உடனிருக்கும் சீசரின் நண்பன் ஆண்டனி தன் நண்பனை எண்ணிப் பெருமிதம் கொள்கிறான். இதற்கிடையே செனட் சபையினர் சீசரைக் கொல்வதற்காக தீட்டிய திட்டத்தை அறிந்த ஆர்ட்டிமிடோரஸ், சதி விபரத்தை ஒரு காகிதத்தில் எழுதிக்கொண்டு கூட்டத்தினுள் நுழைகிறார். சீசரை நெருங்கி அவன் கையில் தன் மனுவைக் கொடுக்கிறார். அதைப் படிக்கவிடாமல் செனட் சபையினர் அவனைத் தடுக்கிறார்கள். சீசர் படிக்கட்டுகளில் ஏறி சபைக்குள் நுழைகிறான். அந்த நேரத்தில் தன் உடைக்குள் மறைத்துவைத்திருந்த வாளால் காஸ்கா சீசரின் கழுத்தில் ஆவேசமாகக் குத்துகிறான். அதிர்ந்துபோன சீசர் தடுமாறி விழுகிறான்.

ஓநாய்க்கூட்டம் இரையைச் சூழ்ந்துகொள்வதுபோல கிம்பரும், காஷியசும், சின்னாவும், டெஷியசும், டிரபோனியசும் அவனை வாளாலும் கத்தியாலும் குத்திக் கொல்கிறார்கள். பின்வாங்கி எழுந்த சீசர் புரூட்டஸை நோக்கி, உதவி கேட்டுப் பாய்கிறான். அந்த சமயத்தில் தான் தன்னுடைய வாளை எடுத்து சீசரின் உடலுக்குள் நுழைக்கிறான்.

துர்கனவிற்குப் பிறகு கல்பூர்னியா சீசரைத் தடுத்தபோதும், அதன் பிராயச்சித்தமாக விலங்கினைப் பலியிட்டபோது அதற்கு இதயம் இல்லாதிருப்பதை பணியாள் வந்து தெரிவித்தபோதும், சீசர் தன்னுடைய ஆபத்தினை அறிந்தே இருந்தான். ஆபத்தும் நானும் அண்ணன் தம்பி என்று கொக்கரித்தான்.

தன்னுடன் உற்ற நண்பன் மார்க் ஆண்டனி இருக்கிறான். செனட் சபையில் மார்கஸ் புரூட்டஸ் இருக்கிறான் என்று அவன் நினைத்துக் கொண்டிருந்தபோது புரூட்டஸின் வாளையும் சீசரின் ரத்தம் நனைத்தது. வாழ்நாள் முழுதும் எதிரிகளையும், ஆபத்துகளையும் சந்தித்தவனுக்கு நண்பனின் துரோகத்தைத் தாங்கிக் கொள்ள முடியவில்லை? அந்த இடத்தில் உச்சரிக்கிறான் “Even you, Brutus?”

1643 வருடங்களுக்குப் பிறகு, ரோமாபுரியின் வரலாற்றுப் பின்புலங்களை அடிப்படையாக வைத்து, ‘ஜீலியஸ் சீசர்’ என ஷேக்ஸ்பியர் எழுதிய துன்பியல் நாடகத்தின் முக்கிய வதையாக அமையும் அந்த ‘துரோகத்தின்’ சொல் எனக்குள் சுற்றிச் சுற்றி வந்தது. நம்முடைய மன்னர்கள் வரலாற்றிலும் இத்தகைய துரோகங்கள் நிகழ்ந்தேதான் இருக்கின்றன.அவைகுறித்தான ஆதாரங்களும் இலக்கியங்களிலும், கல்வெட்டுகளிலும் உண்டு.

அவைக் குறித்துத் தேடித் திரட்டத் துவங்கினேன். இனம், இறை, குலம், குரு, மித்ரன், பித்ரு, நாடு, நம்பிக்கை, ராஜ்ஜியம், ஊர், மக்கள், எஜமான், விசுவாசம், வருக்கம், ஆச்சார்யம் என செய்து வைத்த துரோகங்களின் கனபரிமாணங்களுக்கேற்ப துரோகங்கள் வகைமைப் படுத்தப்படுவதுண்டு. அவற்றுக்கு வெவ்வேறு காலகட்டத்தில் அவர்களுக்கு தண்டனைகள் வழங்கப்பட்டதும் படாததுமாக நிறைய செய்திகள் வரலாற்றில் உண்டு.

இறை, சிவத் துரோகம்

'சிவன் சொத்து குலநாசம்' என்ற நம்பிக்கை காலங்காலமாக ஊறிப் போயிருக்கிறது மக்கள் மனத்தில். காரணம் அன்றைக்குக் காலத்தில் கோயில் சொத்தை தன்வசப்படுத்தி தன் சொந்தங்களுக்குப் பங்கிட்டுக் கொடுத்தவர்கள், கோயில் நகை மற்றும் ஆபரணங்களைத் தன் பரத்தைக்கு எடுத்துச் சென்றவர்கள், கருவூலப் பொன்னைக் களவாடிப் பங்கிட்டவர்கள், தானியங்களைக் களவெடுத்தவர்கள், பொய்க்கணக்கு எழுதிச் சம்பாதித்தவர்கள் என சோழர் காலத்தைய கல்வெட்டுகள் பல சிவத்துரோகம் குறித்துப் பேசுகின்றன.

கும்பகோணம் பத்தநல்லூரில் உள்ள கோயில் திருமண்டப வடக்குச் சுவரில், இடம்பெற்றுள்ள கல்வெட்டின்படி, கண்காணி, பஞ்சாசாரியர், தேவகன்மி, சிசிகாரி ஆகியோர் சேர்த்து வைத்த பொன்னில் ஒரு பகுதியை கருவூலத்திலிருந்து திருடிய சிவப் பிராமணர்களை இனி கோயிலுக்குள் புகுதப் பெறாத சிவத் துரோகிகளாக அறிவித்து, கோயில் கொடுத்த காணியைப் பறித்து 180 காசுக்கு விற்று வரிசெலுத்த வைத்திருக்கிறார்கள்.

இதேபோல, மடோபாத்தியம் பழவூர் ஆண்டான்; பாக்கு மரங்களை வெட்டி அகத்திற்கு கடத்தியது, மா– வயலைப் பராமரிக்காமல் வாடவிட்டதற்கும் (திருச்சி கங்காஜடாதரர் கோயில் கல்வெட்டு), சிவப் பிராமணன் கோயில் பொன்னை திருடியதற்கும் (தஞ்சை சித்தரனேஸ்வரர் கோயில் கல்வெட்டு), சிற்றம்பல உடையான், வானவன் நாயக்கன் இருவரும் நகை திருடியதற்காகவும் (உடையலூர் கைலாசநாதர் கோயில்), அரிசி, அவல், எள், பால், மர எண்ணெய்களை நிவந்தம் அளிக்காமல் ஏமாற்றியதற்கும் (திருநள்ளாறு தர்ப்பாரண் யேஸ்வரர் கோயில் கல்வெட்டு),

சிற்றம்பலப் பட்டன் என்பவன் அம்மன் கழுத்தில் இருந்த முத்துவாளி, காறை, கொடி இரட்டை ஆகிய நகைகளைத் திருடி தன் பரத்தைக்குக் கொடுத்ததாகவும், (சிவப்புரம் சிவபெருமாள்

கோயில் கல்வெட்டு), அதே சிற்றம்பலப் பட்டன் சந்தனம் அரைக்கிற காசில் நாளுக்கு அரைக்கழஞ்சு செலவுசெய்து, இரண்டு கழஞ்சு எனப் பொய்க்கணக்கு எழுத மீயாளனை வற்புறுத்தியதாகவும், மீறினால் அவனை கல் அறைக்குள் அடைத்துக் கொன்றுவிடுவதாக மிரட்டி, கோயில் தரைவிரிப்பைத் திருடி, திருமேனிகளை பிறநாட்டாரைக் கொண்டு சேதப்படுத்தி, பண்டாரத்தில் ஐம்பதாயிரம் காசுகள் திருடி, அரசனின் ஆணைகளையும் அவமதித்ததற்காக அவனும் அவனோடு சேர்ந்தவர்களும் சிவத்துரோகிகளாக அறிவிக்கப்பட்டார் என்று சிவபெருமாள் கோயில் கல்வெட்டு கூறுகிறது.

குருத்துரோகம்

குருத்துரோகம் பற்றிய செய்திகள் புராணக் கதைகளில் அளவுமிகுந்து கிடைக்கப் பெற்றாலும், கல்வெட்டுகளில் நேரடியாக அந்தக் குற்றங்களில் ஈடுபட்டவர்கள் பற்றிய தகவல்கள் இல்லை. ஆனால் எதெல்லாம் செய்தால் குருத்துரோகம் என்ற பட்டியலிடப்பட்ட நீச காரியங்கள் பல கல்வெட்டுக்களில் காணக் கிடைக்கின்றன. கிபி 1600களின் மத்தியில் கிடைத்த ஒரே ஒரு கல்வெட்டில் மட்டும் அப்படியான குற்றத்தில் ஈடுபட்ட ஒருவனை 'பஞ்சமா பாதகன்' என அழைக்கும் குறிப்பு இடம்பெற்றுள்ளது. மற்றபடி, யேசுவைக் காட்டிக் கொடுத்த யூதாஸ் தொடங்கி, அவரை மறுதலித்த பேதுரு வரைக்கும் குருத்துரோகிகள் என்பார் என் சகபாடி.

ராஜ துரோகம்

அக்காலத்தில் ராஜதுரோகமும் நாட்டுத் துரோகமும் ஒன்றாகவே அறியப்பட்டது. சோழர்குல மூத்த இளவரசன் ஆதித்த கரிகாலனைக் கொன்ற, சோமன், ரவிதாசன் பஞ்சவன் பிரமாதிராஜன், இருமுடிசோழ பிரமாதிராஜன், மலையனூரான் பஞ்சவன் பிரம்மாதிராஜன் ஆகிய அண்ணன் தம்பிகளான பிராமணர்கள் நால்வரையும் ராஜ துரோகிகள் என்று அறிவித்த கல்வெட்டுச் சான்று தென் ஆற்காடு மாவட்டம், சிதம்பரம் வட்டத்தில் உள்ள உடையார்குடி ஆனந்தீசுவரர் கோயிலின் கர்ப்பக்கிரக மேற்குச்சுவரில் எழுதப்பட்டிருக்கிறது.

இவர்கள் 'ராஜ துரோகம்' புரிந்ததற்குத் தண்டனையாக நால்வர் மற்றும் அவர்களது பிள்ளைகள், பெண் கொடுத்தோர், தாயோடு உடன்பிறந்தோர் யாவரும் இனி பிராமணர்கள் அல்ல என்று சாதித்தண்டம் பண்ணப்பட்டு, அவர்கள் குடும்பப் பெண்கள் மாற்று இனத்தவராகவும், பிள்ளைகள் வேற்று இனத்தவராகவும் சமூகத்தில் கருதப்படவேண்டும் என்றும், அவர்களின் சொத்துக்களான,

ஆறு வீடுகள் மற்றும் 'இரண்டே முக்காலே ஒரு மா' நிலத்தை 112பொன்னுக்கு விற்று, அரசு கருவூலத்தில் செலுத்த வேண்டும் என்றும் கட்டளையிடப்பட்டுள்ளது. மேலும் அந்தத் தொகைக்கான வட்டிப் பணத்தைக் கடலூர் மாவட்டம் காட்டுமன்னார் கோயிலில் தண்ணீர் அட்டும் பிராமணன் ஒருவனுக்கும், உணவாளி பிராமணன் பதினைந்து பேருக்குமாக 16 பிராமணர்களுக்குச் செலவு செய்யவேண்டும் என்றும் அந்த உத்தரவு குறிப்பிடுகிறது.

இதில், 'இரண்டாம் ஆதித்த பரகேசரி பார்த்திவேந்திர கரிகாலன் கொலை நிகழ்ந்த காலம் கி.பி.969. கல்வெட்டு எழுதப்பட்டகாலம் கி.பி.987ல் இராஜராஜன் ஆட்சியில். கிட்டத்தட்ட 18 ஆண்டுகள் இடைவெளியும், இடையிலே ஓர் மன்னனின் (உத்தமச்சோழன்– 12 ஆண்டுகள்) ஆட்சியும் நிகழ்ந்திருக்கிறது. ஒரே குடும்பத்தைச் சேர்ந்த நால்வர் ஏன் இந்தக் கொலையில் ஈடுபட்டார்கள் என்ற கேள்வியோடு, அவர்கள் யார்? சோழராஜ்ஜியத்தின் உள்ளே நுழைகிற அளவுக்கு அவர்களுக்கு இருந்த அதிகாரம் என்ன என்கிற கேள்விகள் முக்கியமானதாகிறது.

இதுபோல, குலோத்துங்க சோழன் தன் மூன்றாம் ஆட்சியாண்டில் (கி.பி-1181), தனக்கு எதிராகச் சதித்திட்டம் தீட்டியவர்கள் என சந்தேகித்த இராஜதுரோகிகளைக் கைதுசெய்யும்படி, 'புகழ்வாணயன்' என்ற சிற்றரசனை பொன்மாறு (சென்னை மாம்பாக்கம் அருகிலுள்ள பொன்மார்) எனும் ஊருக்கு அனுப்பியதாக திருவத்தியூர் (திருவொற்றியூர்) ஆதிபுரீஸ்வரர் கோயில் கருவறையில் வடக்குச் சுவரில் காணப்படும் கல்வெட்டுச் செய்தி ஒன்று தெரிவிக்கிறது. பாதி சிதைந்துபோன அந்தக் கல்வெட்டில் தெரியும் மிச்சமுள்ள குறிப்புகளின் படி, குலோத்துங்கன் அந்த இராஜதுரோகிகளைக் கைதுசெய்ய உத்தரவிட்டபோது, அவன் பாண்டிய நாட்டின் கருவிழி என்ற போர்க்களத்தில் இருந்துள்ளதாகத் தெரிகிறது. மற்றபடி இராஜதுரோகிகள் யார், அவர்கள் கைதானார்களா, புகழ்வாணயன் என்ன ஆனான் என்ற விபரங்கள் இல்லை. அநேகமாக கல்வெட்டில் குறிக்கும் அளவுக்கு இந்த சதிச்செயல் முக்கியமானதாக இருப்பதால் இதன் பின்னுள்ள துரோக வரலாறும் முக்கியத்துவமானது.

தஞ்சை மாவட்ட வலிவலம் ஊரின், மணத்துணைநாதர் கோயிலின் கர்ப்பகிரக மேற்குச் சுவர்களில் இருக்கும் கல்வெட்டில், அவ்வூரின் அருகமைந்த பரிசை, மாத்தூர் கிழார்களும், கிளியூரைச் சேர்ந்த தினையாகு உடையார்களுமாக நால்வர் அரசுக்கு எதிராக இராஜ

துரோகம் செய்ததாக அறிவிக்கப்பட்டு, அவர்களது நிலங்கள் பறிக்கப்பட்டிருக்கும் செய்தி உள்ளது. அப்படி அவர்களிடம் பறிக்கப்பட்ட நிலத்தை 33ஆயிரம் காசுகளுக்கு பொது ஏலத்தில் விட்டு அரச கருவூலத்தில் சேர்த்திருக்கிறார்கள்.

இப்படி, நிலவரி கட்டாதவர்களையும், கோயிலுக்கான பங்கை தேவர் பண்டாரத்தில் செலுத்தாதவர்களும், அரசுக்கு பொருளாதார இழப்பு ஏற்படுத்தியவர்களும், நிர்வாகத்துக்குக் கட்டுப்படாதவர்களும், அரச ஓலையை அவமதித்தவர்களும், தூதுவர்களைத் தாக்கியவர்களும், மேலாக இராஜரீக கொலைகளைப் புரிந்தவர்களையும் இராஜதுரோகம், நாட்டுத் துரோகம் செய்தவர்களாக அறிவிக்கப்பட்ட செய்திகள், தஞ்சை, திருவெண்காடு, நன்னிலம், திருமாகாளம், சிவபுரம், வலிவலம், சீர்காழி, சிதம்பரம் ஆகிய ஊர்க் கல்வெட்டுக்களின் மூலம் தெரிகிறது.

மேற்சொல்லப்பட்ட தண்டனை நடைமுறைகளைக் கவனிக்கும்போது, அதிகபட்சமாக இனக்குழு அடையாளமிழத்தலும், ஆலய நுழைவைத் தடுத்தலும், சொத்துக்கள் பறிக்கப்பட்டதுமே இராஜ துரோகத்திற்கெதிரான தண்டனைகளாகக் குறிக்கப்பட்டுள்ளன. சதிச்செயல், கொலை செய்தவர்களுக்கும் கூட உயிர்வாங்கும் கொலைத் தண்டனைகள் வழங்கப்பட்டதாக குறிப்பீடுகள் சிக்கவில்லை. அல்லது அவை சிதைக்கப்பட்டோ கண்டறியாமலோ விடுபட்டிருக்கலாம். இரண்டாவது குற்றம் புரிந்ததாகக் குறிப்பிடப்படுபவர்கள் பெரும்பாலுமே அரசதிகாரத்தின் உயர்ந்த பதவிகளில் இருந்தவர்கள்.

ஆதித்த கரிகாலனைக் கொன்ற அண்ணன் தம்பியர் நால்வருமே கூட சோழ ராஜாங்கத்தில் முக்கிய அங்கம் வகித்திருக்கக்கூடும். கல்வெட்டுக் குறிப்புகளின்படி இராஜ துரோகிகளுக்கு வழங்கப்பட்ட தண்டனைகளை மட்டும் வைத்து, முழு முடிவுக்கு வந்துவிடவும் வேண்டியதில்லை. நீதியை வழங்கியவர்களுக்கும், தண்டனை பெற்றவர்களுக்கும் பெரிய இடைவெளிகள் இருக்கவில்லை.

அதேசமயம் தண்டனை பெற்றவர்கள் மேல்முறையீடு செய்யும் வாய்ப்பும் இருந்ததை திருப்பனந்தாள் கல்வெட்டின் மூலம் அறிய முடிகிறது. முதலாம் குலோத்துங்கச் சோழன் காலத்தில் (கி.பி1099) திருப்பனந்தாள் கோயிலின் பூசைப்பொருளையும், அணிகலன்களையும் திருடியதாக தண்டனை விதிக்கப்பட்ட பாண்டன் குமரசாமி, தன் செயலுக்காக மன்னிப்புக் கேட்டு முறையிட்டதோடு,

தண்டத் தொகையான 240 காசுகளை திரும்பச் செலுத்த இயலாத நிலையை விளக்கி, தடகேசுவரர் கோயிலுக்குப் பூசை செய்யும் தன் உரிமையில் நான்கரைப் பங்கை ஈடாக்கிக் கொள்ளுமாறு வேண்டிய குறிப்பு இடம்பெற்றுள்ளது.

கவனித்த வரையில், குற்றங்கள் நிகழ்ந்த இடம், விசாரணை, நீதி, தண்டனை வழங்கப்பட்ட பகுதிகள் வேறெங்கோ இருந்தபோது ஏன் எல்லா விபரங்களும் கோயில் சுவர்களில் பொறிக்கப்பட்டன என்றும், அதிலும் பெரும்பாலான விபரங்கள் கருவறை மேற்குச் சுவரிலும் எழுதப்பட்டன என்ற கேள்விகள் எனக்குள் உண்டு.

முதலாவதின் பதிலாக, இன்றைக்குப் போல அன்றைக்கு கோயில்கள் மத வழிபாட்டுக் கூடம் மட்டுமில்லை. அது அரசின் கருவூலம். ஆவணக் காப்பகம். பல்லவர், பாண்டிய சோழர்கள் யாவரும் தங்கள் ஆட்சிப் பரப்பில் உள்ள பெரும்பாலான ஊர்களிலும் இந்த ஆவணக் காப்பிடங்களை உருவாக்கினார்கள். தென்னாட்டில் அவற்றிற்கு 'ஆவணக்களரி' என்று பெயரிருந்த சான்று பயனளித்தது.

தங்கள் நிலங்களை விற்போர் வாங்குவோர் அனைவரும் அதன் உரிய விலை, மதிப்பு, அளவு, திசைகள், நான்கெல்லை, வரிகள் ஆகியவற்றை ஆவணகளத்தில் உறுதிமொழியிட்டுக் கையொப்பமும் இட்டிருக்கிறார்கள்.

ஆவணக்களரி மக்களின் உரிமைக்கும், சொத்துக்கும் பாதுகாப்புத் தரும் என்ற நம்பகமும், கோயில்கள் அரசின் கருவூலங்களாகச் செயல்பட்டதால், வந்தவை போனவை என நாட்டின் செலவுக் கணக்குகளும் அங்கே பாதுகாக்கப்பட்டன.

ஆக, அரசு மற்றும் மக்களின் சொத்து மற்றும் அதன் விபரங்களைப் பராமரித்து, வரிகளை வசூல் செய்து, பொருளாதாரத்தைச் சீர்தூக்கும் பணியில் அமர்த்தப்பட்ட அதிகாரிகளே குற்றத்தில் ஈடுபடும்போது, அது ராஜதுரோகக் குற்றமாகக் கருதப்பட்டிருக்கிறது. காவலனே காவான் எனின்?

கிராமத் துரோகம்

தஞ்சை மாவட்டம் மாயவரம் அருகில் உள்ள திருமெய்ஞானம் (மக்கள் வாய்ச்சொல்லில் திருமயானம்) என்ற ஊரில் உள்ள கல்வெட்டு ஒன்றை வாசிக்க தொல்பொருள்துறை நண்பர்களோடு சென்றிருந்தேன் அது கி.பி.1233ம் ஆண்டைச் சேர்ந்த ராஜராஜனின் கல்வெட்டு. வானவன் மாதேவி சதுர்வேதி மங்கலத்தின் பெருங்குறி

மகாசபையார்கள் ஒன்றுகூடி, அவ்வூரின் பாண்டன்நேரி என்ற இடத்தில் உள்ள புளியமரத்தின் கீழ் அமர்ந்து ஊரார் தீர்மானம் ஒன்றை அறிவிக்கிறார்கள்.

அதாவது, இனி இவ்வூரில் வசிக்கும் வேளாளர் சமூகத்தவர் யாரும் பிராமணர்களுக்கோ, திருமெய்ஞான முடியாரான இறைவனுக்கோ, திருக்கோயில் முற்றத்திற்கோ எந்த வித்தத்திலும் எதிராக நடக்கக் கூடாது என்றும், மீறுபவர்கள் பட்டத்தும் பட்டத்தரவுக்கும் ஏற்ப தண்டனை அனுபவிப்பதோடு, 'கிராமத் துரோகிகள்' என்று அறிவிக்கப்படுவார்கள். இதற்குச் சம்மதியாதவர்கள் பிராமணர்களே ஆனாலும், வேளாளர்கள் எப்படி சிவனைத் தொட்டு வழிபடத் தகுதியற்றுள்ளவர்கள் (ஸிவஸர்ஸாதிகள்) ஆனார்களோ அதேபோல அவர்களும் கருதப்படுவார்கள். இத்தீர்மானம் ஆட்டை வர்ணமாக நிற்கக் கடவோம் என்று முடிவாகிறது.

இந்தக் கல்வெட்டில் இருக்கும் தகவல்களின்படி, தீர்மானம் வாசிக்கப்பட்ட இடமான பாண்டநேரியின் (நேரி– நீர்க்குளம்) புளியமரத்தடி பிற்காலத்தைய ஊர்ப்பஞ்சாயத்து கூடும் இடங்களோடு பொருந்திப் போகிறதை அறியமுடிகிறது. தீர்மானத்தில் கடவுளுக்கு முன் பிராமணர்கள் இடம்பெறுகிறார்கள். அவர்களுக்குப் பிறகே கடவுளும், கோயில் முற்றமும் வரிசைப்படுத்தப்படுகிறது.

தவிர, வேளாளருக்கு சிவபூஜை செய்யும் தகுதி இல்லை என்பதும் அந்த மதிப்பை அவர்கள் பிற்காலத்தில் இழந்தமையும் தெரிகிறது. (திருப்பனந்தாள் கல்வெட்டில் பாண்டவன் குமாரசாமி தன் தடகேசுவரர் பூசையுரிமையை இழந்ததைப் பொருத்திப் பார்க்கலாம்).

உட்சபட்சமாகக் கிராமத்தின் இந்த தீர்மானத்தை மீறுகிறவர்கள் எவராக இருந்தாலும் தண்டனைக்கு உள்ளாக்கப்பட்டு, கிராமத் துரோகிகளாக அறிவிக்கப்படுவார்கள் என்பதில் இருந்து ஊர் முடிவுக்குக் கட்டுப்படாதவர்களை துரோகிகளாக அறிவிப்பதை அறியலாம்.

திருமெய்ஞானம் கல்வெட்டில் நானுணர்ந்த இன்னொரு சொல் 'ஆட்டைவர்ணமாக' என்பது. அதன் பொருள் 'ஆண்டுதோறும்' இந்தத் தீர்மானம் பின்பற்றப்படவேண்டும் என்பது. இது கிராமப்புறச் சிறுவர்களிடம் நிலவும் ஒரு வழக்குச் சொல். 'ஆட்ட ஆட்டைக்கு' என்று அவர்கள் கூறுகிறதன் சொல்லில் ஆண்டுக்கு ஆண்டு என்ற பழமை பொதிந்திருக்கிறது.

மித்ரத் துரோகம்

பகையாளி குடியை உறவாடிக் கெடுத்தான் என்று எங்கள் ஊரில் ஒரு முதுமொழி உண்டு. நட்பாய் இருந்து முதுகில் குத்துகிற அந்த துரோகத்தை மித்ரதுரோகம் என்கிறார்கள். சரித்திரத்தில் திருவாங்கூர் மன்னர் ராஜா ரவிவர்மாவின் எதிரிகளான எட்டுவீட்டுப் பிள்ளைமாரைச் சமாளிக்க தான் திறை செலுத்திக் கொண்டுவரும் ராணி மங்கம்மாளின் படையணித் தலைவனிடம் உதவி கோருகிறான். திறை வசூலித்துவிட்டு நள்ளிரவிலே கிளம்புவதாக இருந்த படைத்தலைவனிடம் நட்பு பாராட்டி, நீ எனக்காக இந்தக் காரியத்தைச் செய்துகொடுத்தால், நாட்டின் பாதியை மதுரை ராணியின் ஆளுகைக்குத் தருவதாக வாக்களிக்கிறான்.

ரவிவர்மனின் திட்டப்படி மதுரை படை ஊர்திரும்பியதாக அறிவிப்பு வெளியானது. எட்டுவீட்டுப் பிள்ளைமார் கல்குளம் அரண்மனையைக் கைப்பற்றுகிறார்கள். உள்ளே மறைந்திருந்த மதுரை படை அவர்களைத் தாக்குகிறது. எதிர்பாராத தாக்குதலால் அவர்களில் பெரும்பாலானவர்கள் கொல்லப்படுகிறார்கள்.

மதுரை படைத்தலைவன் வென்ற உற்சாகத்தில் ரவிவர்மனுக்காகக் காத்திருந்த ஆசுவாச நேரத்தில், ரவிவர்மன் தன்னுடைய துருப்புகளோடு உள்நுழைந்து மதுரைப் படையைக் காலிசெய்தான். அப்போது அவன் கண்முன்னே இருந்தது, எதிரிகளான எட்டுவீட்டுப் பிள்ளைமார்களின் சடலமும், நண்பனாக உடன் நின்று தனக்காகப் போரிட்ட மதுரைப் படைத்தலைவனின் உடலும் தான்.

இதுமாதிரியான நட்புத் துரோகங்களைச் செய்பவர்களையும் காட்டிக் கொடுத்தவர்களையும், ஆபத்தில் உதவாதவர்களையும், ஆபத்தை ஏற்படுத்துபவர்களையும், முதுகில் குத்துகிறவர்களையும் கல்வெட்டுக்களும், இலக்கியங்களும், மதநூல்களும் வரலாறும், காலங்காலமாக அடையாளப்படுத்தியே வந்திருக்கின்றன.

●

கதைப்பாடலின் கதை

நாட்டுப்புறக் கதைப்பாடல்கள் குறித்துப் பேசும் போதெல்லாம், "அது நம்பகமான வரலாறு கிடையாது. மிகைப்படுத்தப்பட்ட நிகழ்ச்சிகளாலும், பொருளற்ற அற்புதங்களாலும், மனிதனால் ஆகாத காரியங்களாலும், பொருளுக்குப் பாடுகிறவர்களின் கற்பனை" என்றும் எதிர்கருத்துக்களை முன்வைக்கிற சகபாடிகள் உண்டு.

ராபர்ட் லோவி, லார்ட் ராகலன், கீன்ஸ் அடிகளார், கார்டுவெல் பாதிரியார் தொடங்கி, புலியூர் கேசிகன், தமிழ்வாணன் போன்றவர்களின் இந்தக் கருத்தை எதிரொலிப்பவர்களையும் கடந்து, அவைகுறித்துத் தெரிந்துகொள்ளும் ஈடுபாடு எனக்குள் உண்டு. இந்த இடத்தில் நான் 'ஜார்ஜ் லாரன்ஸ் கொம்மே'யை வியப்பவன். அவர்தான் வாய்மொழி வழக்காறுகளை வரலாற்று அறிவியல் என்று முழுமனதோடு எடுத்துச் சொன்னவர்.

ஒரு நிலப்பரப்பில் வாழ்கிற மக்களின் அறிவை, பண்பாட்டை, நாகரிகத்தை, பழக்க வழக்கங்களை, வரலாற்றை, நாட்டுநடப்பை மக்கள் தங்கள் வாய்மொழிப் பாடல்களில் கடத்திக்கொண்டு வந்தார்கள். எப்படி நம்முடைய மொழிக்கென்று ஒரு வயதுக் கணக்கில்லையோ! அதேமாதிரி இந்தக் கதைப்பாடல்களுக்கும் வயதுகள் இல்லை.

19ம் நூற்றாண்டில் தமிழ்நிலத்தில் உருவான நாட்டாரியல் துறை, முதல் நூறாண்டுகள் மிஷனரிகளையும், இரண்டாம் ஐம்பதாண்டுகளில் தேசிய உணர்வாளர்களையும், பிறகு 1950முதல் இன்றுவரையுள்ள கல்வியாளர்களையும் கடந்து ஒரு துறையாக மிதவேக வளர்ச்சி அடைந்தபோதும் மக்களின் அறிவுச் சுரங்கம் ஒருபோது தன் சுரப்புகளை நிறுத்திக்கொண்டதில்லை.

1846ல் வில்லியம் ஜான் தாமஸ் உச்சரித்த 'Folklore' என்கிற அந்தச் சிறுசொல்தான் இன்றைக்குப் பழங்காலப் பண்பாட்டின் எச்சங்களையும், வரலாறுகளையும் அறியும் ஓர் மாபெரும் கடலின் தனித்தன்மையை உணர்த்திக் கொண்டிருக்கிறது.

வாய்மொழி வழக்காறாகவும், கலையாகவும், டான் யோடரால் நாட்டுப்புற வாழ்வியலாகவும் படிப்படியாக வளர்ச்சி அடைந்த நாட்டாரியல் துறை தேடலையும், சேகரிப்பையும் ஆய்வு அறிவியல் மனப்பான்மையையும் வளர்த்தெடுத்தது.

'Folk' என்பது விவசாயக் குடிகளையும், ஒரே தொழில், ஒரே மொழி, ஒரே மத வழிபாட்டைக் கொண்டவர்களையும், படிப்பறிவு இல்லாதவர்களையும் ஐரோப்பியர் குறிப்பிட்டுச் சொன்ன வார்த்தை. அதே வார்த்தை ஜெர்மானியர்களிடம் ‘Die Folklore’ என்றும், பிரெஞ்சில் ‘le Folklore’, ரஷிய மொழியில் ‘Folklor’, ஸ்பானியர்களிடம் ‘el Folklore’, இத்தாலியர் வழக்கில் ‘il Folklore’ என்றும் பொதுத் தன்மையோடு அழைக்கப்படுகிறது.

கிட்டத்தட்ட ஒரே காலகட்டத்தில், தேவை கருதி உருவான காரணத்தினால் வேறுவேறு நாடுகளில், வேறுவேறு இனக்குழு வாழ்க்கையைக் கொண்ட மக்களின் வரலாற்றை அறிய உதவும் நாட்டாரியல் ஆவண, ஆய்வுகளுக்கு ஒரே பேரிலான அடையாளம் வழங்கப்பட்டிருக்கிறது என்று இதன்வழியாக அறிய முடியும். சரி அப்படி என்ன தேவை உருவானது அந்தக் காலக்கட்டங்களில்?

காலனி ஆதிக்கம் பரவலாகிக் கொண்டிருந்த நேரத்தில், தனக்குப் புதியதான ஓர் நிலப்பரப்பினை தன் ஆளுகைக்குள் கொண்டுவரும் வலிமைமிக்க பேரரசு, அங்கேயே நிலைத்து நின்று ஆதிக்கம் செலுத்த வேண்டுமென்றால் முதலில் அவர்கள் தெரிந்துகொள்ள முற்படுவது அந்நிலத்தின் நிலப்பரப்பை, அதன் விளைச்சலை, வணிகத்தை, பொருளாதாரத்தை, சந்தையை, அங்கு வாழும் மக்களின் வரலாறு, அறிவியல், மதம், இனம், அதுசார்ந்த உறவுகள் பகைகள், சொத்துக்கள் மற்றும் ஆவணங்கள் எல்லாவற்றுக்கும் மேலாக முந்தைய அரசியல் நிகழ்வுகளின் சரித்திரத்தை எனப் பலத் தேவைகள் இருந்தன.

இவற்றில் சிலபலவைக்கு கண்முன் சான்றுகள் இருந்தாலும், பண்பாடு, வரலாறு, வழிபாடு, இறைநம்பிக்கை குறித்து அறிய மக்களின் வாய்மொழி ஆதாரங்களே முக்கிய ஆவணமாக இருந்தன. அதைத் திரட்டி அழித்தொழிப்பது, தேவையானவற்றைக் கிரகித்துக் கொண்டு, வரலாற்றைத் திரிப்பது போன்ற காரியங்களில் ஈடுபடுவதன் மூலம் நிரந்தர கலாச்சார மாற்றத்தையும், கேள்விகேட்காத அடிமைகளையும் உருவாக்கிக் கொள்ள முடியும். அதுதான் காலனி ஆதிக்கத்தின் தேவையாகவும் இருந்தது. அதையே தாங்கள் கால்பதித்த எல்லா நிலங்களிலும் செய்யத் துணிந்தார்கள்.

ஏடுகள், சுவடிகள் என்று கண்பட, கைப்படத் தெரிந்தவற்றை நீர்த்துப் போகச் செய்துவிட முடியுமென்றாலும் மக்களின் மனதால் காலங்காலமாகக் கடத்தப்பட்டுவரும் அறிவையும் வரலாறையும் என்ன செய்ய முடியும்? அவை பொருளற்ற, மிகைப்படுத்தப்பட்ட, கற்பனைக் கதைகள் என்று சொல்லி மலினப்படுத்தத்தான் முடியும். அந்தவகையில் ஆய்வாளர்களை மேதாவிமார்கள் முதலில் பயன்படுத்திக் கொண்டார்கள். பிறகு அவர்களின் உழைப்பைப் பயனற்றதாக்கினார்கள்.

மிஷனரி காலக்கட்டம் முதல் கல்விவளர்ச்சி காலக்கட்டம் வரை தமிழக நாட்டார் கதைப்பாடல்கள் குறித்து ஈடுபாட்டோடு ஆய்வுசெய்தவர்கள் சொல்லிச்சென்ற முறைமைகளின் படி, முதலில் சேகரிப்பது, பிறகு வகைப்படுத்துவது, மூன்றாவதாக ஆய்வுக்கு உட்படுத்துவது என்ற வகையில், மக்களிடமிருந்து பாடல்கள், கதைகள், கதைப்பாடல்கள், பழமொழிகள், விடுகதைகள், புராண கிளைக்கதைகள் ஆகியவை சேகரிக்கப்பட்டன. பிறகு அந்தத் தரவுகளை நாட்டார் இலக்கியங்களாகவும், மக்களிடையே நிலவிய நம்பிக்கைகள், கைவினைப்பொருட்கள், பழக்கவழக்கம், தெய்வங்கள், விளையாட்டுகள், மருத்துவத்தை நாட்டார் கலைகளாகவும் வகைப் படுத்தத் தொடங்கினார்கள்.

பிற்காலத்தில் இவற்றையே வில்லியம் பாஸ்கம் வாய்மொழிக் கலை, வாய்மொழி சாரா கலை என்று இருபெரும் பிரிவுகளாகப் பகுத்துச்சொன்னார். பாஸ்கமின் வகைப்பாட்டையே, செயல், அறிவியல், மொழி, இலக்கியம் என்று நால்வகைப் படுத்தினார் பின்வந்த ஆய்வாளர் போக்ஸ்.

அவருக்குப் பிறகு ஆய்வாளர் ரிச்சார்ட் டார்சன் நாட்டாரியலை உடல் சார்ந்தது, உடல் சாராதது என்று மீண்டும் இரு பகுப்புக்குள் அடைத்தார். இப்படிப் பல்வேறு ஆய்வாளர்களால் வகுத்தும் பிரித்தும் ஒன்றாக்கியும் தொகுக்கப்பட்ட இந்த மண்ணின் தொன்மமும், கலையும், அறிவும், நம்பிக்கைகளும் வீர காவியங்கள் என்கிற அந்தஸ்துக்குப் பின் தள்ளப்பட்டது.

இதுவரை நான் தேடிக்கேட்டறிந்த பல கதைப் பாடல்களில் கண்டடைந்த நிலவியல் சூழலும், சமுதாயச் சூழலும், வட்டார வழக்குக்கேற்ப கதை வேறுபாடுகளும் நிறைந்தே காணப்பட்டன. இடம்விட்டு இடம்பெயர்ந்து செல்லும் வழக்கங்களாலும், மூலத்தை உருவாக்கினவரின் தொடர்பற்று, திரும்பத் திரும்பப் பாடுகிறவர்களின்

சொற்சேர்க்கை, நினைவின்மையின் விடுபடல் ஆகியவை அதன் காரணமாக இருந்தன.

வாய்மொழி இலக்கிய வகையான கதைப்பாடல்கள் பரம்பரைப் பரம்பரையாக இசைக்கருவிகளின் துணைகொண்டு மக்கள் முன் பாடப்பட்டு வந்தவை. சரியாகச் சொன்னால் சங்ககால வாழ்வில் அலைவுறு குடிகளாய் இருந்த பாண் மரபினரின் நீட்சி இது. இவர்கள் பாட்டுக்குள் கதை சொல்கிறார்கள் அதற்கு 'அம்மானை' என்று பெயர். சிலப்பதிகாரக் காப்பியத்தில் அம்மானை என்ற சொல் இடம்பெறுகிறது.

அம்மானை என்பதற்கு நெருப்பு, தாய், தலைவி, தலைவன், இசைக்கருவி என்று வேறுவேறு பொருள்கள் சொல்லப்பட்டாலும் இந்த ஐந்தின் இடையே உள்ள தொடர்பும் கதைப்பாடல்களின் காலகட்ட வளர்ச்சியில் ஏற்பட்ட மாற்றத்தைப் புரிந்துக்கொள்ள உதவும். அந்தந்த காலத்தில் எழுச்சி பெற்றிருந்த சமூக மனநிலையின் கண்ணாடியாக இந்த அர்த்தப்பாடுகளை நான் உள்வாங்கிக் கொள்கிறேன். ஆங்கிலத்தில் அம்மானை என்பதை 'Ballad' என்று குறிப்பிடுகிறவர்கள் அதற்கு நடனம் என்றும் அர்த்தம் கற்பிப்பதுண்டு. இது 'Ballare' என்ற லத்தீன் சொல்லின் வழிவழி பிறப்பின் சொல்.

12ம் நூற்றாண்டுக்கு முன் உலகிலே வேறெங்கிலும் கதைப் பாடல்கள் கிடையாது என்பது என்சைக்கிளோபீடியாவின் கூற்று. அதை அப்படியே ஏற்றுக் கொள்வதில் எந்த ஒரு கெடுதலும் ஏற்பட்டுவிடப் போவதில்லை என்றாலும்கூட நம்முடைய நிலத்தின் பண்பாடிலிருந்து அதை மறுக்க முடியும். கலித்தொகை (ஏறக்குறைய கி.பி.300) காலத்திலே நம்மிடம் பாட்டில் கதை சொல்லும் பண்பு குடிகொண்டிருந்தது. 'பாட்டுரை நூலே வாய்மொழி பிசியே அங்கதம் முது சொல்லோடு அவ்வேழ் நிலத்தும்' என்பதுதான் தொல்காப்பியம் தந்த வாய்மொழிப் பாட்டிற்கான இலக்கணம்.

இன்றுள்ள வகைப்படுத்தும் முறைகளுக்குள், கதைப்பாடல்கள் அம்மானை, பாட்டு, மாலை, வெற்றி, ஏற்றம், கும்மி, குறவஞ்சி, காவியம், வனவாசம், சோபனம், மசக்கை, உபாக்கியானம், சரிதம், விருத்தம், பூசை, வாக்கியம், கீர்த்தனை, சண்டை, போர், படைப்போர், யாகம், சிந்து, தூது, குறம், வில்லுப்பாட்டு எனப் பலவகையில் பிரித்தறியப்படுகின்றன.

ஆய்வாளர்கள் பெலிக்ஸ் ஒய்னாஸ், கும்ரே, டேவிட் புக்கன், கெண்ட்ரிக் வெல்ஸ், அன்னகாமு, சோம.லெட்சுமணன் என்கிற சோமலெ, மு.அருணாச்சலம், கோ.கேசவன், நா.வானமாமலை,

சு.சக்திவேல் ஆகியோர் இவற்றை மந்திரம், வீரம், காதலர், அவலம், பழமரபு, வீட்டுச்சிக்கல், விடுகதைப்பாடல், இயற்கைச் சீற்றம், எல்லைப் பாடல், தெய்வம், தெய்வப்புனை, காவியம், புராணம், புராணச் சார்பு, புத்தார்வம், சமூகம், தத்துவம், இன்பியல், சமணர்கருத்து, இசுலாமியர் கருத்து, கிறிஸ்தவக் கருத்து, பயணியர் பாடல், கடற்கொள்ளை, இராபின்ஹுட், வரலாற்றுக் காதை என்று பல்வேறு வடிவ அலங்காரங்களில் பட்டியலைப் புதுப்பித்தார்கள்.

இத்தனை விதமான கதைப்பாடல்களையும், அதில் வரும் வரலாற்றுச் செய்திகளையும் கவனித்துப் பார்த்தால் அவற்றிற்குள் பழமையும் நவீனமும் ஒன்றை ஒன்று எதிர்த்து நின்றதும், சண்டை யிட்டதும், இழப்பு, வலி, வாழ்வுதுயரம், போதாமை, தேவை, கருணை, பக்தி ஆகியவையே பேசப்படுகின்றன. செல்வாக்கோடு வாழ்ந்தவர்கள் கூட புதிய ஆதிக்கத்திற்கு எதிராக தாங்கள் எதிர்கொண்ட வன்முறை களையும், சூழ்ச்சிகளையும், அதனால் வீழ்த்தப்பட்டும், மானம் அஞ்சி அடிபணியாதும், வாழ்விழந்து, பேர் புகழ் பொருள் அனைத்தும் இழந்து பலியாகி மக்களின் நினைவில் உயர்வுபெற்ற கதாப்பாத்திரங்களாக மாறியிருக்கிறார்கள்.

பாஞ்சாலங்குறிச்சி கட்டபொம்மன், ஊமைத்துரை, மருது சகோதரர்கள், வள்ளியூர் ஐவர்ராசாக்கள், சடைக்கத் தேவன், மருதநாயகம் பிள்ளை, இரவிக்குட்டிப் பிள்ளை, நல்லதங்காள், கான்சாகிபு, பிற சிற்றரசர்கள், பாளையக்காரர்கள், அவர்கள் படைத்தளபதிகள், ஜமீன்கள், மிட்டாமிராசுகள், வீரர்கள், முக்கியமாகப் பெண்கள் அனைவருமே இந்த எதிர்ப்பாற்றலின் மிச்சங்களே. அவர்களுக்கு வழங்கப்படும் தெய்வத் தன்மைக்கும், சாதி அடையாளங்களுக்கும் அந்தப் புறத்தில் குடியிருப்பது நம்முடைய தொன்மமும், வாழ்நிலையும், சமூக வரலாறுமே.

கதைப் பாடலின் கதை

குமரிமாவட்டம் அகஸ்தீஸ்வரம் வடக்குத் தாமரைக் குளத்தில் கிடைத்த ஓர் ஓலைச்சுவடியின் மூலமாக சின்னத்தம்பி கதை நாட்டாரியல் கதைப்பாடல் சேகரிப்புகளில் ஒன்றாக மாறியது. வடக்குச் சூரங்குடியில் கொடை விழாக்களில் வில்லுப்பாட்டாகப் பாடப்பட்டு, பிறகு அவர்களிடமே நோட்டுப் புத்தகமாகச் சேகரிக்கப்பட்டது பிச்சைக்காலன் கதை. இப்படி வேறுவேறு ஆய்வாளர்களால் திரட்டப்பட்ட கதைப்பாடல்களை வாய்ப்புக் கிடைக்கிற தருணங்களில் எல்லாம் பாடக்கேட்டும், சம்பவங்கள்

நிகழ்ந்ததாகச் சொல்லப்படும் இடங்களுக்கு நேரேசென்றும் அதன் தொன்ம மிச்சங்களைக் குறித்தும், இன்றைய புரிதல்களைக் குறித்தும் ஆய்வுசெய்யும் வேலையைக் கையில் எடுத்திருந்தேன்.

முதலில் வாசித்தறிந்த சின்னத் தம்பியின் கதை, குழந்தை இல்லாத் தம்பதியரையும், மனைவி கருவுறுதலையும், அதன் வளர்ச்சி, குழந்தை பிறப்பு, தாலாட்டு, இளமைப் பருவம், சோதிடக் குறி கேட்பது, வரம்பெறுவது, தலைவன் வீரம், கோட்டைவாசலின் தலைமைப் பதவி அடைவது, பிறகு வஞ்சகத்தால் தலைவன் கொல்லப்பட்டு சாவின்போது பூச்சிநாயிடம் வரம்பெறுவது, ஆவியாக வந்து எதிரிகளைப் பழிவாங்கி, பின் சாந்தமடைந்து, வழிபாட்டிற்குரிய தெய்வமாகுவது வரைக்குமாக ஒரு வீரனின் வாழ்க்கையை விவரணைகளோடு சொல்கிறது. கூடவே விலங்குவேட்டை, குதிரையை அடக்குவது, கோட்டைக் காவல் புரிவது சூழ்ச்சி ஆகிய செய்திகளோடு குலசேகரப்புரம் என்ற ஊரின் சீரையும் சிறப்பையும் பாடலின் ஊடாகக் கடத்துகிறது.

பிச்சைக்காலன் கதையில், குறத்தியின் குறிசொல்லுக்குப் பிறகு பிச்சைக்காலன் தாயார் கருவுறுகிறார். மருத்துவச்சி வந்து வைத்தியம் பார்த்து பிச்சைக்காலன் பிறக்கிறான். அவன் தகப்பன் மாடப்பத் தேவன் தென்காசி சித்திரக்குட்டி கணியானைப் பார்த்து பிள்ளைக்குச் சோதிடம் கேட்கிறான். அதன்படி, பிச்சைக்காலன் வளர்ந்து பெரியவனாகி பெரிய பதவியினை எட்டுகிறான். ஆனாலும் அவன் எதிரிகளால் சூழ்ச்சி செய்யப்பட்டு கொல்லப்படுகிறான். பின் ஆவியாக வந்து பழிவாங்கி, வழிபாட்டுக்குரிய தெய்வமாகிறான். அதே சின்னத்தம்பியின் கதை. ஆனால் இதில் வரும் கதாப்பாத்திரங்கள் வேறுவேறு. பிச்சைக்காலனுக்கு எதிராக சிலம்பன்மார்கள் செய்யும் சூழ்ச்சி. நாடார் இட்ட ஆணையினால் மறத்தி மகன் பிச்சைக்காலன் கைது பண்ணப்பட்டு, குளத்தில் நாய்போல தண்ணீரை நக்கிக் குடிக்கச் சொல்லி, அவமரியாதை செய்யப்பட்டு கொலையாவது போன்ற செய்தியின் வழியாகச் சாதிய வன்மம் கதைக்குள் புகுந்திருக்கிறது. கூடவே, பதவி உரிமையின் காரணமாக ஒரே சமூகத்தினர் செய்யும் சூழ்ச்சிகளையும், அவர்களுக்குள் நிகழும் வீழ்ச்சிகளையும், சுரண்டலையும் கூடவே பாலுறவுச் சிக்கலையும் எடுத்துரைக்கிறது பிச்சைக்காலனின் கதை.

இதுபோல மருதநாயகம்பிள்ளை கதைப்பாடல் சிறு கூட்டுக் குடும்பத்திற்குள் நிலவிய சொத்துரிமைப் பிரச்சனைகளையும்,

முத்துப்பட்டன் கதை சாதிய மட்டத்தில் தாழ்நிலைக்குத் தள்ளப்பட்ட சக்கிலியரான வாலப் பகடையின் மகள்களான பொம்மக்கா, திம்மக்காவை காதல் மணம் புரிந்ததால், சாதி ஆச்சாரத்தை அழித்தவன் என்று காரணங்காட்டி தன் தம்பியராலே கொல்லப்படும் முத்துப் பட்டன் என்ற பிராமண சமூகத்தவனின் வாழ்க்கையையும், சின்னணைஞ்சி கதைப்பாடல் அரச குடும்பத்தைச் சேர்ந்த சிவனணைஞ்ச பெருமாள், வண்ணார் குலத்தைச் சேர்ந்த மாடனின் மகள் சின்னணைஞ்சியை வசியம்செய்து அவளோடு வரம்புமீறிப் பாலுறவுகொண்டு நெறி தவறியதால் ஏற்பட்ட சமூகச் சிக்கலையும் பேசுகிறது.

நாஞ்சில் நாட்டின் தோட்டுக்காரியம்மன் கதை இரண்டு வெவ்வேறு அரச மரபினருடைய மண உறவுக்குள் ஏற்படும் சிக்கலையும், வெங்கலராஜன் கதை நாயர் குல மன்னன், நாடார்குலத் தலைவனின் மகளை மணக்க முற்படுவதும், தாய்வழி, தந்தைவழி என இருவேறு சொத்துரிமை உள்ளவர்களுக்கு இடையே மணவுறவு நிகழ்ந்தால் பிரச்சனை ஏற்படுமென்று மறுத்தபிறகு, அவர்களுக்குள் நிகழ்ந்த போரினையும், போரில் நாடார் தலைவன் நாயர் மன்னனால் தலைவெட்டிக் கொல்லப்படுவதையும் பேசுகிறது. சொத்துரிமை மரபின் முரண்பாட்டினால் நிகழும் அந்தப் போரினால் நாடார்களின் கோட்டை எரிக்கப்பட்டு, தமிழ் குடியிருப்புகள் அழிக்கப்பட்டு, தோட்டுக்காரி குளத்தில் விழுந்து தற்கொலை செய்துகொள்கிறாள். பின் தெய்வமாயும் ஆவதாக கதை முடிகிறது.

இறந்தபின் தெய்வத் தன்மை அடைந்தவர்களின் காலகட்டத்துக்குப் பின் வீரத்தன்மை கொண்டவர்களின் காலக்கட்டம் ஒன்று கதைப்பாடல்களுக்குள் உருவாகத் தொடங்குகிறது. அதில், கான்சாகிபு சண்டையில் ஏழாண்டு மதுரை ஆட்சியும், ஆங்கிலேயரோடும், நவாபோடும் அவர் போரிட்டது பற்றியும், 1764ல் தூக்கிலிடப்பட்ட வரலாற்றுச் சம்பவத்தை அறியமுடிகிறது. 1799க்குப் பிறகு உருவான கட்டபொம்மன் கதைப்பாடல், திறை செலுத்தாத உள்ளூர் பாளையக்காரர்களின் எதிர்ப்பையும், வெள்ளையர் ஆட்சியின் நில அளவை, வரிவிதிப்பு, வசூலிப்பு பற்றின செய்திகளையும், கம்பெனியின் அதிகாரத்துக்கு எதிராகக் கிளர்பவர்களை அழித்தொழிக்கும் நடவடிக்கைகளையும் பேசுகிறது.

19ம் நூற்றாண்டிற்குப் பிறகு உருவான கதைப்பாடல்கள் பெரும்பாலும் கொள்ளைத் தலைவர்களாக மாறியவர்களின்

வாழ்க்கையை வெளிப்படுத்துகிறவை. அவற்றில், சம்புலிங்கம், சந்தனத்தேவன், காசித்தேவன், கவட்டைவில் கருவாயன், கதிர்வேல் படையாச்சி, சிப்பிப்பாறை கந்தசாமி நாயக்கர், மணிக்குறவன், ஆத்துக்காட்டுத் தங்கையா, சன்னாசித் தேவர், குமரி லட்சுமணத் தேவர், கொடுக்கூர் ஆறுமுகம், சீவலப்பேரி பாண்டி, தீச்சட்டி கோவிந்தன், அருவா வேலு, மலையூர் மம்பட்டியான் ஆகியோர் வேறுவேறு பின்னணியில் பிறந்து வளர்ந்து, சமாதான வாழ்வில் இருந்து தப்பைத் தட்டிக் கேட்க வன்முறையை ஆயுதமாகத் தேர்ந்தெடுத்து கதைப்பாடல்களின் வழியாக கதாநாயகத் தோற்றம் பெற்றவர்கள்.

சம்புலிங்கம் கதைப்பாடலில், வடலிவிளையைச் சேர்ந்த வீரச்செம்புலி சம்புலிங்கம், பெண்ணிடம் தகாத முறையில் நடக்கும் நிலக்கிழாரைத் தாக்குவதால், அவரால் பொய்யாக களவுக் குற்றம் சாட்டப்பட்டு சிறைப்படுத்தப் படுகிறான். அந்த திருப்பம் அவனைக் கொள்ளையனாக மாற்றுகிறது. பின் தனக்கென ஓர் கூட்டத்தைச் சேர்த்துக்கொண்டு நிலக்கிழார்களை அழித்து அவர்கள் சொத்துக்களை அபகரித்து ஊர் மக்களோடு பகிர்ந்துக்கொள்கிறான். இறுதியில், பெண் ஒருத்தியின் துணையோடு சம்புலிங்கம் காவல்துறையால் சுட்டுக் கொல்லப்படுகிறான்.

சந்தனத்தேவன் கதை

சந்தனத்தேவன் கதைப்பாடலில், மதுரை போத்தம்பட்டியைச் சேர்ந்த சந்தனத்தேவன், ஆடு திருடினதாக குற்றஞ்சாட்டப்பட்ட தன் மாமனைக் காப்பாற்ற முற்பட்டு, அயலூர் சண்டியருடன் மோதுகிறான். சண்டைப்போக்கில் எதிராளி இறந்துபோய்விட கொலைக் குற்றத்துக்கு அஞ்சி, தேனி மலைகளின் மேல் ஒளிந்து கொள்கிறான். அங்கே கொள்ளைச் செயல்களிலும் ஈடுபடுகிறான். அவனால் கொல்லப்பட்டவனின் மனைவி வெள்ளையம்மாள் சந்தனத் தேவனுக்கு சாபம்விட, சந்தனத்தேவனை நோய் தாக்குகிறது. இறுதியில் நோயின் தீவிரத்தில் இருந்தவன் போலீசில் சரணடைந்து, சிறைச்சாலையில் தற்கொலை செய்துகொள்கிறான். அதற்கான காரணங்கள் சரிவரக் கூறப்படவில்லை.

ஆனால், கிபி 1906ல் பெரியகருப்பத் தேவன் மற்றும் அவரது உறவினர்களான காவல்காரர்களுக்கு காவல் கூலி கொடுப்பதை ஊர்மக்கள் நிறுத்திக் கொண்டனர். பாரம்பரிய காவல்முறையை ஒழிக்க எண்ணிய வெள்ளையர்கள் ஊராரிடம் காவல்முறைக்கு

எதிரானகருத்துகளைத்திணித்துக்குழப்பம்விளைவிக்க, பாரம்பரியமாக செய்து வந்த காவல் தொழில் அவர்களிடமிருந்து பறிக்கப்பட்டது. இதனால் ஆத்திரமடைந்த கருத்தப்பட்டிக்காரர்கள் 1906ஆம் ஆண்டு மே 15 ஆம் தேதி கொளிஞ்சிப்பட்டியை சேர்ந்தவர்களின் மாடுகளைக் கடத்தி வந்தனர். தங்களது காவல் கூலியைக் கொடுத்தால் தான் மாடுகளை ஒப்படைப்போம் எனத் திட்டவட்டமாக அறிவிக்க, கொளிஞ்சிப்பட்டிக்காரர்கள் கிருஷ்ணாபுரம் கிராம முன்சீப் உதவியுடன் தங்களது மாடுகளைத் திரும்பப் பெற்றுக் கொண்டனர்.

1906ஆம் ஆண்டு மே 16 ஆம் தேதி, சந்தனத்தேவன் மற்றும் அவனது மாமா பெரியகருப்பத்தேவன் தலைமையில் அரிவாள், வேல்கம்பு, நாட்டுத் துப்பாக்கி ஆகியவற்றுடன் சென்றவர்கள், கொளிஞ்சிப் பட்டியைச் சேர்ந்த தலைவர் பெரிய ஒச்சன் வீட்டைத் தாக்குகிறார்கள். ஒச்சனின் வீட்டை உடைத்து, வைக்கல்போர்களுக்கு தீ மூட்டி, முனிசீப் மீட்டுச் சென்ற மாடுகளை மீண்டும் கடத்திச் சென்றனர்.

ஒச்சன் அருகிலிருந்த ஊர்க்காரர்கள் ஏழு பேருடன் சென்று மாடுகளைத் திரும்பப் பெற முயன்றார். அப்பொழுது சந்தனத்தேவர் தரப்பினருக்குத் தரவேண்டிய காவல் கூலியை மறுத்ததால் மாடுகளைத் தர மறுத்து எதிர்தாக்குதலில் ஈடுபட்டனர். இத்தாக்குதலில் ஒச்சன் தரப்பில் நான்கு பேர் படுகாயமடைந்தனர். இருவர் சம்பவ இடத்தில் உயிரிழந்தனர்.

இந்த மோதல் சம்பவத்திற்குப் பின் சந்தனத்தேவனும் அவரது கூட்டத்தாரும் திண்டுக்கல் சிறுமலைக் காட்டில் மறைந்தனர். காட்டில் மறைந்திருந்த சந்தனத்தேவனும் அவரது கூட்டத்தாரும் தங்களது வாழ்வாதாரத்திற்காக வெள்ளையர்களின் நிர்வாகப் பகுதிகளைத் தாக்கி, கொள்ளையடிக்க ஆரம்பித்தனர். அப்போது சந்தனத்தேவன் தலைமையில் அவரது அண்ணன் மாயாண்டி, தம்பி பின்னத்தேவர், மாமனார் பெரிய கருப்பத்தேவன், விட்டித்தேவன், மொக்கையத் தேவன், குருநாதத்தேவன், நண்டுபுலி பெருமாள்தேவன், பெரியாண்டித்தேவன், சுப்பத்தேவன், சின்னக்கருப்பத்தேவன், முத்துக் கண்ணுத் தேவன், பூச்சி என்கிற சின்னவீரத்தேவன், வகுரத்தேவன் ஆகியோரை உள்ளடக்கிய பெருங்கூட்டமே காடுகளில் இருந்து செயல்பட்டு வந்தனர்.

பெரும் வசதி படைத்தோரையும், வெள்ளையர் அரசாங்கத்திற்கு ஆதரவாகச் செயல்பட்டோரையும் தாக்கி கொள்ளையடித்து,

தாங்கள் பயன்படுத்தியது போக மீதியை ஏழை எளிய மக்களுக்குக் கொடுத்து உதவியதாக சந்தனத்தேவன் பற்றிய கதைப்பாடல்கள் கூறுகின்றன. 1907ஆம் ஆண்டு ஜனவரி 19ஆம் தேதி மலேரியா நோயால் உடல்நலம் குன்றியிருந்த சந்தனத்தேவன் பெரியகுளம் நிதிமன்றத்தில் சரணடைந்தார்.

கொலை கொள்ளை குற்றச்சாட்டுகள் நிரூபிக்கப்பட்டதால், 1907, ஏப்ரல் 4 ஆம் தேதி, சந்தனத்தேவனுக்குத் தூக்கு தண்டனை அளிக்கப்பட்டது. சந்தனத்தேவனின் அண்ணன் மாயாண்டிக்கு கொள்ளை வழக்கிற்காக பத்து ஆண்டுகள் சிறைதண்டனை அளிக்கப் பட்டது. சிறையில் இருந்து விடுதலைப்பெற்ற மாயாண்டி திருமணம் செய்து ஒரு பெண் குழந்தையைப் பெற்று எடுத்ததாகவும், குழந்தைக்கு சந்தனம் எனப் பெயரிட்டார். இந்த பெண் குழந்தையின் வாரிசுகள் தற்போது மார்க்கையன் கோட்டை கிராமத்தில் வாழ்ந்து வருகிறார்கள் என்பது கள ஆய்வில் தெரிந்துகொண்ட தகவல்கள்.

சந்தனத்தேவனின் உடலை கே.போத்தம்பட்டி நாட்டாண்மைக்காரர் மடத்துக்கார ஒச்சப்பத் தேவரும், தேனி பூதிப்புர நாட்டாண்மைக்காரரும் பெற்றுக்கொள்ள அவரது உடல் மாட்டுவண்டியில் மதுரையில் இருந்து, கே.போத்தம்பட்டிக்கு ஊர்வலமாகக் கொண்டு வரப்பட்டது.

வழிநெடுகிலும் ஆயிரக்கணக்கான மக்கள் சந்தனத்தேவனுக்கு அஞ்சலி செலுத்தியிருக்கிறார்கள். போத்தம்பட்டிக்கு அருகில் பேரையூர் சாலையில் பம்பைக்கார நாயக்கருக்கு மானியமாக கொடுக்கப்பட்ட இடத்தில், சந்தனத்தேவனின் உடல் அடக்கம் செய்யப்பட்டு, சமாதியும் கட்டப்பட்டது. அந்த இடம் பலரது கைமாறி தற்போது, நல்லத்தேவன்பட்டியை சேர்ந்த பசும்பொன் என்பவரின் வசம் உள்ளது.

தமிழகத்தின் பழமையான காவல் முறையை ஒழிக்க ஆங்கிலேயர் மேற்கொண்ட முயற்சிகளின் விளைவே சந்தனத்தேவன் கதை. திருச்சி சாமிப்பிள்ளை என்பவர் எழுதிய 'சந்தனத்தேவன் சிந்து' என்ற நாட்டுப்புற பாடலைப் பிண்ணனியாக கொண்டு 'சந்தனத்தேவன்' எனும் திரைப்பட 1939ல் வெளிவந்திருக்கிறது.

போலீசார் சந்தனத்தேவனைத் தேடும் காலகட்டத்தைக் குறிப்பிடும் வகையில் மக்களால் புனையப்பட்ட பாடல் வரிகளில்,

"ஏட்டை இழுத்து வச்சு
இன்ஸ்பெக்டரை கட்டி வச்சு

துவரங்காயைத் தின்னச் சொல்லி
மாட்டுறானே சந்தனமும்..''

எனச் சந்தனத்தேவனுக்கும் போலீசாருக்கும் இருந்த பகைமை எடுத்துரைக்கப்படுகிறது. இன்னொரு புறம் சந்தனத்தேவனைக் காட்டிக் கொடுக்கச் சொல்லி காவலர்கள் காசு தருவதாக அறிவித்தபோது,

''ஆயிரம் ரூபா தாரேன்
ஐக்கோட்டு வேலை தாரேன்
சந்தனத்தை பிடித்தவருக்கு
சருக்காரு வேலை தாரேன்''

எனச் சர்க்கார் அறிவிப்பு தந்ததாகவும், அதற்குப் பதிலளிக்கும் விதமாக,

''ஆயிரம் ரூபா வேண்டாம்
ஐக்கோட்டு வேலை வேண்டாம்
சந்தனத்தை பிடிக்க வேண்டாம்
சருக்காரு வேலை வேண்டாம்'' என மக்கள் பாடுவதாகப் அமைந்த பாடல்கள் அக்காலத்தில் அவருக்கு ஆதரவாக, மக்களும் இசைந்திருந்தமையை விளக்குகிறது. ஒருபுறம் தமிழர் வாழ்வியலோடு ஒன்றிப்போயிருந்த தேசக் காவல் முறையை ஒழிக்க பிரிட்டீசார் எடுத்த முயற்சிகளின் விளைவாக, காவலைத் தொழிலாக செய்து வந்த குடியினர் தங்களது வாழ்வாதாரத்தை இழந்தனர். மீண்டும் காவல் தொழிலைப் பாதுக்காக்க, வன்முறையைக் கையில் எடுத்தனர். இதன் விளைவாக பல சச்சரவுகள் மற்றும் கலகங்கள் ஏற்பட்டன.

வரலாற்றுக்கு முந்தைய காலம் தொடங்கி, இன்றைய நவீன காலகட்டம் வரை இந்தக் கதைப்பாடல்கள், இந்நிலத்தின் தொன்மையான கூட்டுக்குடும்ப அமைப்பு, சொத்துரிமை, வாரிசுரிமை, அண்ணன் தம்பியர் உறவு, மண உறவின்மை, பொருளாதார ஏற்றத்தாழ்வு, ஆண் பிள்ளைப் பிறப்பின் மீதிருந்த ஈர்ப்பு, சிறுதாலி, பெருதாலி வழக்கங்கள், மாடாம்பிமார்களின் வாழ்க்கை, உழவு, நாள் கதிர் அறுவடை, சோதிட நம்பிக்கை, வேட்டை, பலி, நோய்மை, சடங்குகள், சாபங்கள், பஞ்சம், பசி, அநீதி, கொள்ளை, சட்டம், காவல், சகுனம் பார்ப்பது, ஆவி குறித்த நம்பிக்கை எல்லாவற்றுக்கும் மேலாக சாதிய மனோபாவம். ஆகியவற்றைப் பதிவுசெய்தே வந்திருக்கின்றன. அவற்றில் போற்றலும், தூய்த்தலும், இல்லாமல் இல்லை.

சாதிய மேலாதிக்கவாதமும், பெண்ணடிமைத்தனமும் அளவற்றுக் காணப்படுகின்றன. மறுப்பதற்கில்லை. ஆனாலும், அந்த இருட்டுக்குள் இருந்துதான் நாம் வெளிச்சத்தை நோக்கி நகர்ந்து வந்திருக்கிறோம்.

அதேநேரம் காலனிய ஆட்சி மட்டுமல்ல, மன்னராட்சி காலம் தொட்டு மக்கள் மனநிலையைக் குறிப்பிடும் இந்த சமூகப் பதிவுகள் புறந்தள்ளுவதற்கானதில்லை. சந்தனத் தேவன் கதைப்பாடல் குறித்து விரிவாகக் குறிப்பிடுவதற்கான காரணமே, அவன் காலத்தில், அரசுகள் இயங்கிய விதத்தையும், மக்கள் மனநிலையின் கூறுகளையும் உள்வாங்கிக் கொள்வதற்காகவே. மாறாக, சாதியப் பெருமிதங்களுக்கான சான்றாவணங்களாக மடைமாற்ற அல்ல. இன்று அதுதான் நடந்துகொண்டிருக்கிறது. எடுத்துக்காட்டாக வீரப்பனின் கதையைக் குறிப்பிடலாம்.

கதைப்பாடல்களை இந்நிலத்தின் ஒரு குறிப்பிட்ட காலகட்டத்தின் சமூக உரையாடலை முன்னெடுத்துச் செல்லும் கருவியாகக் கொள்ள வேண்டும். இந்நிலத்தின் தொன்மத்திலிருந்து அதன் தொடர்ச்சி வரையிலான நிலவியல் மற்றும் சமூக வரலாறு சார்ந்த அறிதல்களை உருவாக்கும் கருவியாகவும் அவை பயன்பட வேண்டும் என்பதே என் விருப்பமாக இருக்கிறது.

◉

கலம்செய் கோவே

நிலம் முழுக்க அகழாய்வாளர்கள் தோண்டிய இடங்களில் எல்லாம் கல்லுக்கும் மண்ணுக்குமிடையே அதிகளவு கண்டெடுக்கப் பட்டவை மட்பாண்டச் சிதைவுகள் தான். சொல்லப்போனால் பானை ஓடுகளே அகழாய்வின் அடிப்படைச் சான்றுகளாகும்.

பளபளப்பானதும் நேர்த்தியானதுமான பானைச் சில்லுகளைக் கொண்டே அப்பகுதியில் வாழ்ந்த மக்களின் மட்பாண்ட உற்பத்தி மற்றும் தொழில்நுட்பத்தை உறுதிப்படுத்துவதுண்டு. அகழாய்வுப் பணிகளின்போது, சிலவேளைகளில் ஆழம் இல்லாத மண்டைகளும், அகன்ற கலயங்களும், தாங்கிகளும், கோள வடிவப் பானைகளும் கூட உடையாமல் கிடைப்பதுண்டு. அவற்றில் காணப்படும் எழுத்து, குறியீடு, சித்திரங்கள் ஆகியவற்றின் மூலம் அப்பகுதியில் வாழ்ந்த பண்டைய மக்களின் எழுத்தறிவும் கலைநுணுக்கமும் உள்வாங்கப்படும்.

2010ம் ஆண்டில் ராமநாதபுரம் மாவட்டம் உத்திரகோசமங்கைக்குச் சென்றிருந்தபோது, முதுகுளத்தூர் அருகிலுள்ள தேரிருவேலி கிராமத்தைச் சேர்ந்த நண்பர் தனஞ்செயன், தங்களது ஊரில் அகழாய்வுப் பணி நடைபெற்ற இடத்திற்கு அழைத்துச் சென்றிருந்தார்கள். தேரிருவேலி இலக்கியக் குறிப்புகளிலோ, கல்வெட்டுகளிலோ, வேறு பிற சான்றுகளோ இடம்பெற்றிருக்காத ஊர். அருகிலுள்ள உத்திரகோசமங்கையின் தேர்ச்சக்கரம் முறிந்து இங்குள்ள குளத்தில் மூழ்கியதால் தேர்+இரு(உடைந்து)+வேலி என்று இவ்வூர் பேரிடப்பட்டதாகச் செவிவழிக் கதைகள் உண்டு.

நண்பரோடு ஆய்வு நடைபெற்ற இடங்களான கழனித்திடல், காலனித்திடல் பகுதிகளுக்குச் சென்றிருந்தேன். அப்போது அங்கு கிடைக்கப்பெற்ற பானை ஓடுகள் குறித்தும், அதன் மீதுள்ள குறியீடுகள் பற்றியும் தெரிவித்தார். மீனின் தலைப்பகுதி, உடல்பகுதியோடு, சூரியக் குறியீடும், உடுக்கை, அம்பு, முனை, வில் மரம், சூலம்

என 68 குறியீடுகள் அங்குள்ள ஆய்வுக்குழிகளில் கண்டெடுக்கப் பட்டிருக்கின்றன. அதுமட்டுமில்லாமல், எழுத்துப் பொறிக்கப்பட்ட பானை ஓடுகள் சில கிடைத்தபோது, கொற்றன், நெடுங்கிளி, சாதன், தரையி என்ற பெயர்கள் அங்கிருந்து கண்டெடுக்கப்பட்டிருக்கின்றன.

சங்க இலக்கியங்கள் புகழும் பூம்புகாரிலே எழுத்துப் பொறித்த பானைகள் கிடைக்காத வேளையில் தமிழகத்தின் பின் தங்கிய மாவட்டமாகக் கருதப்பெறும் எங்கள் பகுதியில் எழுத்துப் பொறித்த பானைகள் கிடைத்துள்ளது, முன்னவர்களின் எழுத்தறிவையே பறைசாற்றுகிறது என்றார் நண்பர். அவரது கூற்றை நான் மனமுவந்து ரசித்தேன். வரலாற்றின் போக்கை மட்டுமல்லாமல், ஒரு ஊர்குறித்த சமகால எண்ணங்களையே மாற்றிவிடக் கூடிய கண்டுபிடிப்பாக பானை ஓட்டுச் சித்திரங்களும் குறியீடுகளும் சரித்திரத்தின் செய்பொருள் ஆதாரமாக முக்கியத்துவம் பெறுகின்றன. சில வேளைகளில், பானைகளுக்குள் கருகிய நிலையில் கிடைக்கும் கம்பு, உமி, கேழ்வரகு தானியங்கள் அவர்களின் வேளாண் வளங்களையும் கூட அடையாளம் காட்டிவிடுகிறது.

காலகாலமாகத் தொல்லியல் துறையின் கரங்கள், கோவில் கல்வெட்டுகளைக் கொண்டு சரித்திர நூல்களை எழுதும்போது, திறந்த வெளி மண்ணடியில் இருந்து கண்டெடுக்கப்படும் இந்தப் பானை ஓடுகளை, ஓர் சரித்திர மதிப்புமிக்க பயன்பாட்டுப் பொருளாக உருவாக்கியவர்கள் அன்றைய காலகட்டத்தில் எழுத்தறிவிலும் கல்வியிலும் எவ்வளவும் பெருமதியான இடங்களைப் பெற்றிருக்கக்கூடும் என்ற எண்ணமே எனக்குப் புதிய மனவெழுச்சியைத் தந்தது. எல்லாவற்றுக்கும் மேல் கோயில் சுவர்களிலும், பண்டிதமணிகள் கையாண்ட ஓலைச்சுவடிகளிலும் அல்லாமல், நிலத்திற்கடியில் இருந்து நேரே கிடைக்கும் மட்பாண்ட எழுத்துச் சான்றுகள் மக்களின் வாழ்வைப் பறை சாற்றும் ஆவணங்கள் என்பதால் குயவுத் தொழில் செய்பவர்கள் குறித்து சங்கம், நாட்டார் இலக்கியங்கள், கல்வெட்டுகள் ஆகியவற்றில் இடம்பெறும் செய்திகளைத் தொகுக்கும் ஆர்வம் எனக்குள் எழுந்தது.

குயவனார்க்கு அடியேன்

சங்க, புராண இலக்கியங்களில், மண்மகன், மண்ணுடையார், மண்ணீட்டாளர், மண்வினை மாக்கள், வேட்கோ, வேட்கோவர் கலம்செய்கேரி, என்றெல்லாம் தொழில்முறையாக அடையாளப் படுத்தப்பட்ட குயவர்கள், குயவர், குலாலர், குலால கோலப்பர்,

வேலர், வேளாளர், சேரமா, செட்டி, பண்டுரை, பாண்ட, பாண்டிய, தெங்கரை, தெலுங்கு மானுடை, உடையார், பாட்டுக்காரர், ஓசிரையர், சாலியர், சோலியர், மண்ணையர் எனப் பல்வேறு இனக்குழுப் பெயராலும், மொழியாலும், பூர்வீகங்களாலும் துணைப் பிரிவினராக அறியப்படுகின்றனர். குல்–குலவு–குலவுதல்; வளைத்தல், வளைப்பவர் என்று இவர்களைக் குறித்துப் பொருளுரைக்கிறது குலால புராணம் மற்றும் மண்பாண்ட வெண்பா பாடல்கள்.

மிகச்சிறப்பாக புறநானூற்றில் நனந் தலை மூதூர்க் கலம் செய் கோவை நோக்கி, "இருள் கவ்வுவது போல புகையை எழுப்பி நீ இவனுக்கு ஈமத்தாழி செய்யத் தொடங்கி இருக்கிறாயே, இவன் புகழுக்கு ஏற்ற அளவில் தாழி செய்யவேண்டுமென்றால் இந்த நிலம் அளவுக்கு சக்கரம் செய்து, மலையளவு மண்ணை வைத்தல்லவா செய்ய வேண்டும். ஈமத்தாழி செய்யும் கோமகனே! அத்தனை பெரிய தாழியை, உன்னால் செய்ய முடியுமா? முடிந்தால் அத்தனைப் பெரிய தாழியைச் செய்" என்று, சோழன் குளமுற்றத்துத் துஞ்சிய கிள்ளி வளவனைப் பாடிய கோவூர்கிழார், அவன் புகழுக்குத் தக்கபடி நிலவுலகை ஆரச் சக்கரமாகக் கொண்டு, இமயமலை மண்ணைத் திரளாகக்கொண்டு தாழி செய்யச் சொல்லி குயவனை வேண்டும் பாடல் (228) இவர்களது தொழில்வெளியும், சமூக மதிப்பையும், கவித்துவமாக எடுத்துரைக்கும் பழம்பாடலாக அமைகிறது.

மேலும், சோழர் காலத்திலே இவர்களைக் குறித்த பல்வேறு கல்வெட்டு மற்றும் இலக்கியப் பதிவுகள் பரவலாக இடம்பெறுகின்றன. அவற்றின்மூலம் அக்காலகட்டத்தில், கல்வி கேள்வி, அரசத் தொடர்பு, அதிகாரம், இராஜரீகம், நீதி வழங்குதல் போன்ற சமூக மதிப்புயர்ந்த காரியங்கள் அவர்களது தலைமீட்டில் நடந்துள்ளது புரிந்துகொள்ள முடிகிறது. நாட்டுப்புறக் கதைகளிலும் சமூக மதிப்பீட்டில் உயர்ந்த அந்தஸ்தில் குயவுத் தொழில்மேற்கொண்டவர்கள் இருந்துள்ளனர்.

மரியாதை ராமன் கதை

2016ம் ஆண்டில், கி.ராவைச் சந்திக்கப் போனபோது, நண்பரொருவரை (கவிமணி) உடன் அழைத்துப் போயிருந்தேன். அவரது குடும்பத்தினர் மட்பாண்டம் செய்யும் குடும்பத்தினர் என்ற செய்தியைக் கி.ரா. கிட்டே சொன்னதும் அவர் குலாலர்கள் வாழ்நிலை குறித்த நாட்டுப்புறக் கதை ஒன்றைச் சொன்னார். அதில், 'ஒன்பது மாடு வைத்திருக்கும் பெண் ஒருத்தி, ஒரு மாடு வைத்திருக்கும் பெண்ணிடம் ஆயிரம் பணம் கடன் வாங்குகிறாள்.

நீண்ட நாட்கள் கழித்தும் அந்தக் கணக்கை அவள் தீர்க்காமல் இருந்ததால், விபரம் கேட்கச் செல்கிறாள். நான் ஒன்பது மாடுகள் வைத்திருக்க உன்னிடமா கடன் வாங்கப் போகிறேன் என்று திரித்துப் பேசுகிறாள். விஷயம் மரியாதை ராமன் காதுக்குப் போகிறது.

மரியாதை ராமன் தன் வீட்டு வாசலில் குவிந்திருந்த சேற்றில் அவர்களை மிதித்து நடந்துவரச் சொல்லி, அவர்கள் கால்களைக் கழுவ ஒரு செம்பு தண்ணீர் கொடுக்கிறார். ஒன்பது மாடு வைத்திருப்பவள் தன் கால்களைக் கழுவ இன்னும் ஒரு செம்பு தண்ணீர் வேண்டுமென்று கேட்கிறாள். ஒரு மாட்டுக்குரியவளோ, தென்னங்கீற்றால் முதலில் சேற்றை வழித்துப் போட்டு, மிச்ச சேற்றைத் தண்ணீர் விட்டு துடைத்தழித்து, மீதம் தண்ணீரையும் சேமிக்கிறாள்.

இவ்விருவரின் செயல்களையும் கவனித்த மரியாதை ராமன் முதலாமவள் வசதி படைத்தவள் என்றாலும், செலவாளி. இரண்டாமவள் சிக்கனம் பிடித்தவள். ஆக, நீ பணம் வாங்கிச் செலவளித்தது உண்மையாகவே இருக்கக்கூடும். ஒழுங்காகப் பணத்தைத் திருப்பிச் செலுத்து எனத் தீர்ப்பளிக்கிறார். நாட்டுப்புறத்தில் இடம்பெறும் இந்தக் கதையில் மரியாதை ராமன் என்று மாறுபட்ட பெயரில் அடையாளம் காட்டப்படுபவர் குலாலரே. பானை தயாரிக்கும் 'மணமண்' சேற்றிலே பெண்களை நடக்கச்செய்து, அவர்களின் குணாதிசயங்களை அறிந்து, அதன் வழியாக நீதி வழங்கும் அளவுக்கு அறிவிற் சிறந்தவர்களாக அவர்கள் இருந்தார்கள்' என்று முடித்தார் கி.ரா.

பாலிகை இடும் குசவன்

சோழர் கல்வெட்டுக்களில் வேட்கோவர் எனக் குறிப்பிடப்படும் இவர்கள் கோயில் இசைக்கருவிகளை இசைப்பவர்களாகவும், 'அறங்கூறும் அவைத் தலைவர்களாகவும்', பல அறக்கொடைகளைச் செய்தவர்களாகவும் அறியப் படுகிறார்கள். பராந்தக சோழனின் ஒன்பதாம் ஆட்சியாண்டில் (கி.பி 916ல்) திருமீயச்சூரில் நந்தாவிளக்குகள் எரிப்பதற்காக சந்திரன் சூரியன் உள்ளளவும் செல்லுபடியாகுமாறு, 'செம்பியன் மாதேவி மயக்கல்' என்ற பெயரில் இருந்த ஒன்பது மா அரைக்காணி நிலத்தை 'வேட்கோவன் புகழன் முன்னூற்றுவன்' என்பவர் ஊர்ச் சபையிலிருந்து விலைக்கு வாங்கி தானம் அளித்திருக்கிறார்.

திருவாரூரில் திருநீலகண்டேஸ்வரர் கோயிலுக்கு குயவர்கள் ஒன்று சேர்ந்து ஐந்து வேலி நிலம் அளித்த செப்பேடு ஒன்று ஆரூர் கோயிலில்

கண்டெடுக்கப்பட்டது. குலாலர் மரபில் பிறந்த திருநீலகண்ட குயவரை, ''திருநீல கண்டத்து குயவனார்க்கு அடியேன்'' என்று சுந்தரர் தன் திருத்தொண்டத்தொகையில் குறிப்பிட்டுள்ளார்.

தென்னாற்காட்டின் திருவக்கரை கோயிலுக்கு செம்பியன் மாதேவி அளித்த தானங்களை, 'கலங்களும் மற்றுஞ் சால்களும் குடங்களும் பெருந் திருவமுதுக்கு பானைகளும் சட்டிகளும் திருமுளைக்கு பாலிகைகளும் இடும் குசவன்' என்று தன் கல்வெட்டில் குறிப்பிட்டிருக்கிறார்கள்.

மட்பாண்டங்கள், கலப்பொருட்கள், சட்டிகள், விளக்குகள், தானியக் குடுவைகள், சேமிப்புக் கலன்கள், புதை தாழிகள் என மனிதனின் அத்தனை பயன்பாட்டுப் பொருட்களும் உலோக காலத்திற்குப் பிறகுமேகூட மண்ணால் செய்யப் பட்டவையாகவே இருந்துள்ளன.

அதன் உற்பத்தியாளர்களான குயவர்களின் குடில்கள் அன்றைய காலகட்டத்தில் பொருள் உற்பத்திக்கூடங்களாகத் திகழ்ந்துள்ளன. அவர்களது கலைநுட்பத்தின் நீண்ட மரபிலிருந்தே இன்று வழிபாட்டிலுள்ள தெய்வங்களான கடவுள் உருவங்கள் தோன்றின. பெருந்தெய்வ மற்றும் சிறுதெய்வக் கோயில்களில் காணப்படும் சிற்பக் கலைகளின் முன்னோடியாக இவர்களது மண்பொருள் தயாரிப்புகள் இருந்துள்ளன.

அகரம்

குயவர்கள் மட்பாண்டத் தயாரிப்போடு அவற்றைப் பல்வேறு இடங்களுக்கு எடுத்துச் சென்று விற்பனை செய்யும் வணிகத்திலும் ஈடுபட்டார்கள். மண்ணே மூலப்பொருள் எனும்போது சென்ற இடங்களில் எல்லாம் அவர்கள் நன்னீர் ஆதாரத்தைத் தேர்ந்தெடுத்து அங்கே குடில் அமைத்துத் தங்கினார்கள். சிற்றூர் பேரூர் என அவர்கள் வியாபாரம் செய்த ஊர்களின் விளைச்சல் பொருட்களை மாற்றாகப் பெற்றுக் கொண்டார்கள். பண்டமாற்று என்ற வழக்குச் சொல் அவர்களின் தொழில் முறையிலிருந்து உருவானது.

மடங்கள், மடப்பள்ளிகளில் சிவாச்சாரியார்களாகப் பணிபுரிந்த குலாலர்கள் அதன் அருகிலே குடியேறினார்கள். அவர்கள் குடியிருந்த பகுதிகளுக்கு, குசக்காணி, குசவன் நிலம், குசப்பட்டி, குலால விருத்தி, வேட்கோவக்காணி எனப் பெயரிட்டு அழைத்தாலும், பெரும்பான்மையான இடங்கள் இன்றைக்கும் 'அகரம்' என மக்கள் வாய்மொழியால் அறியப்படுகிறது. திருநெல்வேலியின் மேலகரம்,

திருச்சியின் காட்டகரம், தென் ஆற்காட்டின் புத்தகரம், வட ஆற்காட்டின் கோட்டகரம், மாயவரத்தின் அகரங்கிரங்குடி சென்னை திருவத்தியூரின் அகரம் கண்ட கோபாலபுரம் ஆகியவை குயவர்குடிகள் திகைந்து வாழ்ந்த ஊர்களாக அடையாளப்படுபவை.

1240ம் ஆண்டில் மூன்றாம் ராஜராஜன் ஆட்சி காலத்தில், காலியூர் மடை விளாகத்தை அகரமாக மாற்றி, குடியேற்றத்திற்காக 12வேலி நிலத்தை வழங்கிய கல்வெட்டு காஞ்சிபுரம் அருளாளப் பெருமாள் கோயிலில் காணப்படுகிறது. அதில், மடைவிளாகம் என்று குறிக்கப்படுவது கோயில் பணியாளர்கள் குடிவைக்கப்படும் பகுதி. விளாகம், அகம், அகரம், திரிந்து அக்கிரஹாரமாக காலமாற்றத்தில் புதிய குடியிருப்புப் பேர்களும் ஏற்பட்டன.

சட்டிச்சோறு

குலாலர்கள் கோயில் பணியாளர்களாக மட்டுமில்லாமல் அதற்கு தானம் அளிப்போராகவும், தங்கள் தொழில்களுக்காக அரசுக்கு வரி செலுத்தியுள்ளனர். அவர்களின் தொழில் வரிக்கு, குசக்காணம், திரிகை ஆயம், சக்கர காணிக்கை என்றும், ஊர்காரியங்களுக்கு அளிக்கும் தானங்கள் 'ஊர்க்கணக்கு' என்றும் குறிப்பிட்டப்பட்டுள்ளது.

மதச்சடங்கு மற்றும் திருவிழாக்காலங்களில், வெளியூர்களில் இருந்து வருகிற மக்களுக்கு அன்னதானம் இட்டு, அவர்களைத் தாகசாந்தி அடைய வகை செய்ததை இராஜராஜன் கல்வெட்டு குறிப்பிடுகிறது. அதன்படி, ஏழுநாள் சித்திரைத் திருவிழாவிற்கு அடுகலன், நீர்கலன் இரண்டும் அவர்களால் தானம் அளிக்கப்பட்டுள்ளது. அவ்வாறு வழங்கப்பட்ட உணவுக்கு 'சட்டிச்சோறு' என்று பெயர்.

அதே ராஜராஜன் காலத்தில், நாகப்பட்டினம் ஆனைமங்கலத்தில் பௌத்த விகாரைக் கட்ட நிலதானம் அளித்தபோது ஊரார் சார்பாக, சாத்தமங்கலம் வேட்கோவன் நேந்திரன் சாத்தனான நானூற்றுவ பெருங்கோ வேளான் என்பவர் மக்கள் முன்னிலையில் கையெழுத்து இட்டிருக்கிறார். இச்செய்தி ஆனைமங்கலம் செப்பேட்டில் வாசிக்கக் கிடைக்கிறது. இதுபோன்ற பல்வேறான குறிப்புகள் மூலம் குயவுத் தொழில் செய்த வேட்கோ இனக்குழுவினரது சோழர் காலத்தைய அதிகாரத் தொடர்பையும், கல்வி, நீதி, பொருளாதார நிலை, கொடைத் திறம் ஆகியவற்றைப் புரிந்துகொள்ள முடிகிறது.

சிந்து நாகரிகம்

சிந்துச் சமவெளி தொல்பொருள் ஆய்வில் கண்டெடுக்கப்பட்ட தாழி ஒன்றில் ஆண் பெண் எலும்புக்கூடுகள் இரண்டும் ஒன்றாக

புதைக்கப்பட்டிருந்த படிமம் கிடைத்தது. இந்தச் செய்தி அப்படியே வார்த்தை மாறாமல் சங்கப் பாட்டில் இடம்பெற்றுள்ளது இலக்கியத் தொன்மைக்குச் சான்றாதாரமாக அமைந்தது. புறநானூற்றின் 256வது பாட்டில், 'அச்சுடைச் சாகாட்டு ஆரம் பொருந்திய சிறுவெண் பல்லி போலத் தன்னொடு சுரம்பல வந்த எமக்கும் அருளி, வியன்மலர் அகன்பொழில் ஈமத் தாழி அகலிது ஆக வனைமோ நனந்தலை மூதூர்க் கலம்செய் கோவே" என்று தன்னையும் தன் கணவனையும் ஒன்றாக அடக்கம் பண்ணுமாறு அகலமான தாழியை வனையச் சொல்லி ஒரு பெண்மகள் கோருகிறாள். அதன் தொல்பொருள் சான்றாக சிந்து ஆய்வில் கண்டெடுக்கப்பட்ட தாழி விளங்கியது, சிந்துவெளி தமிழ் நாகரிகம் என்பதற்கான சான்றுகளுக்கு வலுசேர்க்கும் விதமாக அமைந்தது.

சென்னையில் அமைந்துள்ள தொல்பொருள் ஆய்விடங்கள், ஆவணக் காப்பகங்களை நேரேசென்று காண வாய்த்தபோது, அதன் வழியாக குலாலர்கள் வாழ்ந்த இடங்கள் என கல்வெட்டுக்களிலும், மக்களின் வாய்மொழி ஆவணங்களிலும் காணப்பட்ட இடங்களைக் கூர்ந்து நோக்கினேன். மணிநீரும், மண்ணும் செழித்த இடத்தையே தேடி அறிந்து ஒரே இடத்திலே குயவுச் சான்றோர் பூர்வீகமாகவும், காலச்சூழலுக்கு ஏற்ப இடம்பெயர்ந்தும் வாழ்ந்திருக்கிறார்கள். அவர்கள் சென்ற இடமெல்லாம் நீர்நிலைகள் இருந்தன. அல்லது நீர்நிலைகளை நாடி அவர்கள் தங்கினர். அவ்வாறு அவர்கள் வாழ்ந்த சென்னையின் முக்கியத் தலம் இன்றைய போரூர் கிராமம்.

நிலம் விற்றவர்கள்.

கி.பி 808ம் வருடம் பல்லவ மன்னன் நந்தி வர்மனின் 12வது ஆட்சிகாலத்தில் எழுதப்பட்ட திருவல்லிக்கேணி கல்வெட்டில், குலங்கிழார்கள் சிலர் தங்களுக்குச் சொந்தமான கருமாரச் சேரியை அடகு வைத்ததைக் குறிக்கும் பழைய குறிப்பு ஒன்று காணக்கிடைக்கிறது, திருவல்லிக்கேணி பார்த்தசாரதி கோயிலின் கருவறை நுழைவா–யிலின் வடக்குப் பக்கம் தமிழிலும் கிரந்த லிபியிலும் ஒரு கல்லில் இடம்பெறும் அந்த 19 வரி குறிப்பு, குலங்கிழார்கள், தங்கள் சொத்தை அடகு வைத்திருந்ததால் வயலில் விளைந்த நாற்பத்து ஐந்து காடி நெல்லை வட்டியாகச் செலுத்திக் கொண்டிருந்தனர். ஒருகட்டத்தில் வட்டித்தொகை பெருகின காரணத்தால் கோயிலுக்கான வருவாய் இல்லாமல் போக, புகழ்த்துணை விசையரன் என்பவர் முப்பது காடி நெல்லும், ஐந்து கழஞ்சு பொன்னும், முன்பணமாகக் கொடுத்து

மொத்த கருமாரத்தையும் தனக்குச் சொந்தமாக்கிக் கொண்டதாகவும், தினசரி இருபது நாழி குத்திய அரிசியும் கோயிலுக்கு வழங்கியதாகவும் அந்தக் கல்வெட்டுச் செய்தி குறிப்பிடுகிறது.

கோயில் ஊழியர்களான சங்க சர்மன், சட்டி சர்மன், இளைய சட்டிசர்மன் ஆகிய மூவரும் இருபது நாழி குத்தல் அரிசியை வசூலித்து, இராக்காலத்தில் போனகம் ஆக்கிப் போட வேண்டும் தவறினால் வேறு எவ்விதங்களில் திருவமுது படைக்க வேண்டும் என்பதும், கூடவே கோயிலுக்கு கொடுத்த விளக்குக் கொடைகளும் அந்தக் கல்வெட்டுக் குறிப்பில் காணப்படுகின்றது. சென்னையில் கிடைத்த மிகப் பழமையான கல்வெட்டான இதில், இடம்பெறும் குலங்கிழார் என்பவர்கள் பல்லவர்களின் ஆட்சி காலத்தில் கோயில் பூசாரிகளாக இருந்தவர்கள். குலங்கிழார்கள் அடகு வைத்ததாகக் குறிப்பிடும் கருமாரச்சேரி என்பது வயல்வெளியைக் குறிக்கிறது.

இதில், சங்க சர்மன், சட்டி சர்மன், இளைய சட்டிசர்மன் எனும் மூவர் பெயர்களிலும் 'சர்மன்' என்ற சொல் தமிழில் இல்லை. 19 வரிகள் கொண்ட முழு கல்வெட்டில், அந்த மூன்று இடங்கள் மட்டும் திருத்தப்பட்ட அல்லது சிதைந்த வழக்கில் காணப்படுவதால் அவர்களை அடையாளம் கொள்ள முடியவில்லை. மிகக் குறிப்பாக தங்கள் நிலங்களை இழந்து வெளியேறியவர்கள் பற்றியான பழைய பதிவுகளில் திருவல்லிக்கேணி கல்வெட்டு காலத்தால் முந்தையது. பின்வந்த காலத்தில் நிலங்களை விற்றுவிட்டு நகரின் விளிம்புகளைநோக்கி மக்கள் வெளியேறிப் போனதன் சான்றாக சென்னையின் பல தெருக்கள், சாலைகள், ஊர்களுக்கு இன்றும் விளங்கும் மரபுப் பெயர்கள் சான்றாக அமைகின்றன. உதாரணமாக, தமிழகத்தில் அகரம் எனப் பேரிட்ட ஊர்களும், 'கொசக்குடி' 'கொசப்பேட்டை' போன்ற ஊர்கள் குயவர் குடிகளின் திரிந்த வழக்கே.

திவாகர நிகண்டு பாக்கம், பட்டினம், பதி, நகர், சும்மை, பூக்கம், சேரி, புரம், முட்டம், பூண்டி, அகரம், குடியே, குறிச்சி, கோசரம், அகலுள், நொச்சி, இருக்கை, வேலி, குப்பம், பாடி, குறும்பு, பாழி, சிறுகுடி, தண்ணடை, உறையுள், எயிலொடு, வாழ்க்கை ஆகிய 27 வாழிடங்களை ஊர் எனக் குறிப்பிடப்படுகிறது. பட்டும், நொச்சியும், பள்ளியும் சிற்றூர் என்கிறது. இன்றும் தமிழகத்தின் பல பகுதிகளில் அகரம் என்ற பேரிலமைந்த ஊர்களும், அவற்றில் பெரும்பாலான ஊர்களில் மண்ணாலான பாண்டங்களைத் தயாரிக்கும் குடியினரும் வாழ்ந்துவருகின்றனர்.

சோழர் காலத்தில், பண்டமாற்றாகத் தாங்கள் சேகரித்த தானியங்களை மூட்டையாகக் கட்டி வேறு இடங்களுக்கு எடுத்துச் சென்று, அவை தேவைப்படும் இடங்களில் சென்று விற்கும் தொழிலும் இவர்கள் ஈடுபட்டதன் காரணமாக பல்வேறுபட்ட நிலப்பரப்பு, வாழ்நிலை, கூடவே மொழிகளும் குயவுக் குடியினருக்கு வசப்பட்டிருந்தது. இதனால் அவர்கள் செட்டி என்று அழைக்கப் பட்டனர். சோழர்கால பிராமணீய எழுச்சியின்போது ஊர்கள் பல சதுர்வேதி மங்கலங்களாக எழுதிக் குவிக்கப்பட்டன. கணக்கிலாத மக்கள் தங்கள் வாழிட உரிமைகளை இழந்து, பழைய அடையாளங்களையும், உரிமைகளையும் கூட இழக்க நேரிட்டது. [தென்னார்க்காட்டிலுள்ள அகரம் ஜனநாத சதுர்வேதி மங்கலம் எனச் சாசனத்தில் பெயர் மாறியது.]

வாழ்க்கைமுறை

திருச்சியில் வசிக்கும் குயவரினத்தவர்கள் தங்களைச் சோழக் குயவர்கள் என்றும் சோழநாட்டுக் குயவர் என்றும் அடையாளப்படுத்திக் கொள்கிறார்கள். மதுரை வட்டாரங்களில் நத்தம்–திண்டுக்கல் பகுதிகளில் வசிப்போர் தங்களைப் பாண்டிக் குயவர்; பாண்டிநாட்டுக் குயவர் என்கின்றனர். இவர்களில் தமிழையும், தெலுங்கையும் தாய்மொழியாகக் கொண்ட பிரிவினர்கள் உண்டு.

தமிழ்க்குயவர்கள் புரிநூல் அணிகிறார்கள். மூன்றரை அடி விட்டமுள்ள மனைச் சக்கரம் கொண்டு ஆண்பெண் இருபாலரும் குயவுத் தொழிலில் ஈடுபடுகிறார்கள். இவர்கள் உருவாக்கும் பாண்டங்கள் பெரும்பாலும் சிவப்பு நிறங்களிலே இருக்கும். அதேநேரம் தெலுங்குக் குயவர்கள் புரிநூல் அணிவதில்லை. இவர்களது மனைச்சக்கரம் பெரியது (நான்கரை அடி விட்டம்). விறகுகளால் சுடப்படும் கருப்புநிறப் பானைகளையே பெரும்பாலும் சுட்டெடுக்கிறார்கள்.

தெலுங்கு குயவர்கள் மதுரை, திண்டுக்கல், விருதுநகர், ராமநாதபுரம் ஆகிய ஊர்களிலும், தமிழ் அல்லது பாண்டிக் குலாலர்கள், திண்டுக்கல், சிவகங்கை, ராமநாதபுரம், மதுரை ஆகிய ஊர்களிலும், கொங்கு குலாலர்கள், கோவை, ஈரோடு, சேலம், தருமபுரி ஆகிய ஊர்களிலும், சோழியக் குலாலர் திருச்சி, தஞ்சையிலும், சேரமான் குலாலர், நெல்லை, மதுரை, குமரி மாவட்டங்களிலும், மலையாளக்குலாலர், கன்னியாகுமரியிலும் பரந்து வாழ்கிறார்கள். பழனியைச் சுற்றியுள்ள சந்தைக்கடைகளில் வாழ்கிறவர்கள் தங்களைக் கொங்குக் கொசவர்

என்று குறிப்பிட்டாலும் அவர்களை மண்ணவார், செட்டுக்காரர், மோதிவார், ஒசலிவார், கோலப்பிரமவார், ஒசிலிப்பட்டக்காரர் என்ற பட்டப்பெயர்களால் வழங்குகிறார்கள்.

சிறுதெய்வ வழிபாட்டை மேற்கொள்ளும் இவர்களிடம் பலியிடுதலும், பிறப்பு முதல் இறப்பு வரைக்கும் ஒவ்வொரு நிகழ்வுக்கும் தனித்துவமான சடங்குகளை நடத்துவதும் வழக்கமாகக் கொண்டுள்ளனர். இச்சடங்குகளில் உறுமி எனப்படும் மண்ணால் உண்டாக்கி, தோலால் சுற்றிய 'இசைச் சுருங்கு பறை' முக்கியத்துவம் வாய்ந்தது. தங்கள் திருமண விழாக்களில் இந்த உறுமிகொட்டித்தான் விழாவை நடத்துகின்றனர்.

இறப்புச் சடங்கில் 'கானதலத்து மொய்' எனும் பெயரில் சுடலைக்கு வந்திருக்கும் உறவினரிடம் பணம் பெற்று, சேர்ந்த தொகையைத் தோட்டியர்களுக்கும், தேர் கட்டியவர்களுக்கும், பறை இசைத்த வருக்கும், இழவு சொல்லச் சென்றவர்களுக்கும், நாவிதர், வண்ணார் ஆகியோருக்கும் கூலியாகக் கொடுக்கின்றனர்.

பானை ஓடுகள்

மண்ணிற்கு மேற்புறத்தில் வரலாறு மாறிக் கொண்டே இருக்கிறது. மனிதர்கள் மாற்றி மாற்றி நடந்துகொண்டே இருக்கிறார்கள். ஆனால், பண்டைய உண்மை ஒன்று அதன் எச்சங்களோடு நிலத்தின் ஆழத்தில் புதைகொண்டே தொடர்கிறது. கட்டுவித்தவர்களும், செய்வித்தவர்களும், கொடைகொடுத்தவர்களும், தம் மனம்போக்கில், தமக்குப் பிரச்சனைகள் எழாதவண்ணம் தமக்கான வரலாற்றைத் திரித்துக் கொண்டபோது, அறிவுத் தெளிவு மிக்க இனங்கள் தம்முடைய எச்சங்களின் தொடர்ச்சியைப் பின்வருபவர்கள் கைப்பற்றிக் கொள்ள மண்ணிலிருந்து கிடைக்கும் சான்றுகளாக விட்டுச் செல்கின்றன.

கிபி 21ம் நூற்றாண்டில், தமிழக தொல்லியல் ஆய்வுக் களங்களை உலகமே திரும்பிப் பார்க்கச் செய்த சிவகங்கை மாவட்டம், கீழடியில் கண்டெடுக்கப்பட்ட 5,820 தொல்பொருட்கள் அவ்வாறான மிகமுக்கிய சான்றே!. அவற்றில் செங்கல் கட்டுமானம், சுடுமண் உறை கிணறு, கூரை ஓடுகள், ஒருசில தங்க ஆபரணத் துண்டுகள், செம்பு, இரும்புப் பொருட்கள், இன்னும் காதணி, சுடுமண் மணிகள், பவளக்கற்கள் என்று ஒரு நீளப் பட்டியல் செல்லும்.

அதேசமயம் அங்கே கண்டெடுக்கப்பட்ட தொன்மை வாய்ந்த மட்பாண்ட வகைகளின் எச்சங்களான கருப்பு–சிவப்பு பானை ஓடுகளும், ரோமானிய முத்திரையிட்ட பானை ஓடுகளும்,

அரிட்டேன் துண்டுகளும் அவற்றில் காணப்பட்ட தமிழ் எழுத்துப் பொறிப்புகளுமே தமிழ் இனவரையியலுக்கு அதன் பண்டைய முகத்தை இன்னும் பொலிவாகக் காட்டியது. அதாவது கி.மு. ஆறாம் நூற்றாண்டிலே தமிழ்ச் சமூகம் எழுத்தறிவு பெற்ற சமுகமாக விளங்கியதை மன்னர்கள் கட்டிய கோயில்கள் சொல்லவில்லை மக்கள் பயன்படுத்திய மண்பாண்டச் சில்லுகள் வெளிப்படுத்தின.

சிந்து முத்திரைகளுக்கும், தமிழி எழுத்துக்களுக்கும் இடையான இணைப்புச் சங்கிலி இந்த எழுத்துக்களும் கீறல்களும். தமிழகத்தில் இதுவரை கண்டெடுக்கப்பட்ட 75 சதவிகித மண்பாண்டக் கீறல்களும் சிந்துவெளி நாகரிகத்தைத் தமிழர் நாகரிகமாக உறுதிப்படுத்தும் சான்றுகளாக உள்ளன. அவ்வளவு ஏன் சங்க இலக்கியங்களான பத்துப்பாட்டு, எட்டுத்தொகையின் காலத்தையும் இன்னும் பின்னோக்கிக் கணிக்க வைக்கின்றன.

அறிவியல் பெருவளர்ச்சி அடையாத காலத்தில் கிமு.9102லும், பிறகு இணைய விரிவாக்கமும், ஆய்வு முறைமைகளும் வளர்ச்சி அடைந்த காலகட்டத்தில், கிமு. 4ம் நூற்றாண்டிலும், (இரும்பு காலம்) நடந்திருக்கலாம் என்று நம்ப வைக்கப்படும் 'குருஷேத்திரப் போர்களில் பயன்படுத்திய, அரை அங்குல இரும்பு ஆணி கூட இதுவரை கிடைத்திராதபோது, தமிழ் நிலத்தின் பண்பாட்டுவெளி விஸ்திரப்பட்டுக் கொண்டே போவது வேதப்புரட்டாளர்களைக் கழிவிரக்கம் கொள்ள வைப்பதோடு, அவர்தம் புனைவுகள் வரலாற்று நீக்கமும் செய்யப்பட்டுக் கொண்டிருக்கின்றன என்பது கவனத்தில் கொள்ளத்தக்கது.

◉

கொங்குதேர் வாழ்க்கை

'சொந்த ஊர்ப்பற்று துறவிமாருக்கும் உண்டு' என்பது எங்கள் ஊர்ப்பக்கம் நான் காதால்கேட்ட ஒரு பழம்மொழி. 'ஊரூராப் போய்ப் பிச்சை எடுத்தாலும் தன் ஊரை தாழ்த்திச் சொன்னவன் கெட்டான்' என்பது அமரச் சாபம். அந்த வகையில் நெல்லையைச் சுற்றிச்சுற்றி நினைப்புகள் இருந்தாலும் நான் இரண்டாவதாக நேசிப்பது கொங்கு மண்டலத்தை. (மூன்றாவது நாஞ்சில்நாடு) காரணம், கொங்குமண்டலத்திலும் நெல்லை மற்றும் நாஞ்சில் நாட்டைப் போன்றே நாட்டாரியல் கதைகளுக்கும் தரவுகளுக்கும் குறைச்சலே கிடையாது.

நாடுகள்

கொங்கு நாடு இருபத்துநான்கு உள்நாடுகளாகவும், தங்களின் இனக்குழு ஆட்சி முறைக்காகப் பலமுறை இணை நாடுகளாகச் சேர்ந்தும் பிரிந்தும் இருந்துள்ளன. அண்டநாடு, அரையநாடு, ஆறைநாடு, ஆனைமலைநாடு, வடகரைநாடு, வாரக்கநாடு, வாழவந்தி நாடு, வையாபுரிநாடு, வெங்கால நாடு, பொன்கலூர் நாடு, பூந்துறை நாடு, பூவானிய நாடு, குறும்புநாடு, காங்கய நாடு, காஞ்சிக்கோயில் நாடு, காவடிக்கா நாடு, கிழங்கு நாடு, தலைய நாடு, தட்டைய நாடு, தென்கரை நாடு, நல்லுருக்கநாடு, ஒடுவாங்க நாடு, மண நாடு, இராசிபுர நாடு என்று வகுக்கப்பட்ட இந்த 24 நாடுகளின் தலைவரும் நாட்டார் என்று அறியப்பட்டிருக்கிறார். இவர்களே பிற்காலத்தில் நாட்டாண்மையாகவும், பட்டாக்காரராகவும் அழைக்கப்பட்டார்கள்.

கொங்கு வேளாளப் பெருங்குடிக்காரரான நாட்டார் தலைமைக்குக் கீழாக மொத்த ஆட்சியும் அதிகாரமும் வரையறுக்கப்பட்டிருந்தது. ஆண்டுக்கு ஒருமுறை இந்த 24உள்நாட்டுத் தலைவர்களும் ஒன்றுகூடி, அமர்ந்து, தங்களுடைய நாடுகளின் நடப்பு நிலவரங்கள், வம்பு வரப்புகள் அனைத்தையும் பேசித் தீர்ப்பார்கள். இந்த அமர்வுக்கு 'மாநாடு' என்றும் 'பெரிய நாடு' என்றும் அவர்களுக்குள் பேர் வழங்கப்பட்டது. தங்கள் நாடுகளில் நிகழும் திருமணம் முதலான

சடங்கு முறைகள் தொடங்கிச் சண்டைசச்சரவுகள் வரை அனைத்தும் இவரது முன்னிலையிலே தீர்க்கப்பட்டிருக்கின்றன.

'மணக்கோல மாசு மணப்பந்தல் தன்னில்

நட்டுமுட்டுத் தான் முழங்க நாட்டார் சபை விளங்க

வலமதாய் வந்து மணமுடன் நின்று' –என்பது கொங்கு வேளாளர் தங்களது திருமண விழாக்களில் பாடுகிற மங்கள வாழ்த்துப் பாடல். அப்படியே ஒருவேளை தங்கள் இல்ல விழாக்களுக்கு அந்தந்த நாட்டார்கள் கலந்துகொள்ள முடியாதபோது ஊரின் எல்லையில் நாட்டாரின் ஆளுகைக்கு உட்பட்ட பகுதி என அடையாளங்காட்ட நட்டுவைக்கப்பட்டிருக்கும் 'நாட்டுக்கல்'லை வணங்கிவிட்டு மணம் முடிக்கும் வழக்கமும் அந்த மக்களிடையே இருந்தது.

குலப்பெயர்கள்

பழங்குடியாகிய கொங்கு மக்கள் பற்றிச் சங்க இலக்கியங்களில் கொங்கர், கொங்கு வேளிர், கொங்கான்கிழான், ஈந்தூர் கிழான் என்று அடையாளப் படுத்தப்படுகிறார்கள். பேகன், அதியன், பழையன், ஓரி, குமணன், விச்சிக்கோ என்ற சங்ககால மன்னர்கள் இந்த மண்ணின் மரபில் தோன்றியவர்களே. பிற்காலத்தில் இங்குவாழ்ந்த வேளாளர்கள் தங்களைச் செந்தலைக் கவுண்டர், படைத்தலைக் கவுண்டர், வடகரைக் கவுண்டர், நாட்டாரக் கவுண்டர் எனப் பலபிரிவுகளாக அடையாளப் பட்டங்களுடன் விளித்தார்கள். இதில் படைத்தலை, வடகரை ஆகிய பட்டங்கள் சில நூறாண்டுகள் முன்பு செந்தலையில் இருந்து பிரிந்தவை. சேனைத் தலைக் கவுண்டர் என்பதே செந்தலைக் கவுண்டராக மருவியது.

இதுதவிர அவர்களுக்குள், கண்ணன், பொன்னன், கீரன், தூரன், பூதன், பயிரன், பவளன், பில்லன், மாடன், மணியன், அந்துவன், ஈஞ்சன், செல்லன், பண்ணை, காடை, ஆந்தை, பூந்தை, பொருளந்தை, கண்ணந்தை, கீரந்தை, கொற்றந்தை, சாத்தந்தை செங்கண்ணன், வண்ணக்கன் என 24 குலப்பெயர்களும் கொங்கு வேளாளர்க்கு உண்டு. இந்தப் பெயர்களைத் தாங்கிய சங்ககாலப் புலவர்களான அஞ்சில் ஆந்தையார், பிசிர் ஆந்தையார், செங்கண்ணார், அந்தியளங்கீரனார், சேந்தம்பூதனார், இளம்பூதனார், வடம வண்ணக்கன் ஆகியோர் கொங்குநாட்டைச் சேர்ந்தவர்களே. இந்தக் குலப்பெயர்களில் ஆந்தை என்பது ஆதனின் தந்தையிலிருந்தும், பூந்தை என்பது பூதன் தந்தை என்பதாகப் பொருள் கொள்ளமுடிகிறது.

கொங்கு மண்டலத்தை மூவேந்தர்களுக்கும் முன் அதன் சிற்றரசுத் தலைவர்களே ஆட்சிபுரிந்து வந்திருக்கிறார்கள். அவர்களுக்குள் போர் ஏதும் நிகழ்ந்ததாகச் சான்றுகளும் இல்லை. தனியுரிமை அரசாட்சி அங்கு நிலவியதற்குச் சிலப்பதிகாரம், அகநானூறு, புறநானூறு, பதிற்றுப்பத்து ஆகிய சங்கப் பாடல்களையும், சுந்தரர், சேக்கிழார் பாடல்களையும், ராஜராஜ சோழன், பாண்டியன் நெடுஞ்சடையன் பராந்தகன், விக்கிரமசோழன், அசோகன் ஆகியோரது மெய்க்கீர்த்திகளையும், கல்வெட்டுச் சாசனங்களையும், வராகமிகியாரின் வடநூல், கேரளோஸ்பதி மலையாள வரலாற்று நூல் ஆகியவற்றைச் சாட்சிக்கு அழைக்கமுடியும்.

காணியுரிமை

கொங்குநாட்டின் காணியுரிமை அதன் வேளாளர்களுக்கே உரியதாக இருந்தது. காணி தெய்வத்துக்கு வழிபாடு நடத்தி, பொங்கலிட்டு, தங்கள் பிள்ளைகளுக்கு முதல் தலைமுடி இறக்குவது அவர்கள் காலந்தொட்டு பின்பற்றி வருகிற பழக்கம். கி.பி10ம் நூற்றாண்டில் இவர்களின் குடிமுதல்வனான கரியான் சர்க்கரை, பாண்டி நாட்டின் படைத்தலைவனாக இருந்து, உத்தமசோழனை வென்று கொடுத்ததால் அவனுக்கு 'உத்தம காமிண்டன்' என்று பட்டம் சூட்டி, காங்கேயத்தில் காரையூருக்குத் தலைவனாக நியமித்தான் பாண்டியன். காரியான் சர்க்கரையிடமிருந்து கொங்கு மண்டலத்தின் பிற்காலத் தலைவர்களின் வரலாறு துவங்குகிறது.

அவருக்குப் பிறகு அழகன் சர்க்கரை, பெரியன் சர்க்கரை, சேனாபதி சர்க்கரை, சம்பந்த சர்க்கரை, நல்லதம்பி சர்க்கரை, மும்முடி பல்லவராயன், பல்லவராயன்சிறுவன், காடையூர்காங்கேயன், கொற்றை வேணாடுடையார், மோரூர் காங்கேயர், சூரிய காங்கேயன்பொப்பணக் காங்கேயன், காங்கேயன், நல்லதம்பி காங்கேயன், குமார காங்கேயன், மசக்காணி மன்றாடியார், முளசை வேலப்பன், கோபண மன்றாடி, வணங்காமுடி வாணராயின், காளிங்கராயன், பாரியூரான், செய்யான் பல்லவராயன், உலகுடையான், ஐவேலி அசதி, அகளங்கன், இம்முடிச் சோழியாண்டான், முதலிக்காமிண்டன், பூந்துறை குப்பிச்சி, வணங்காமுடிகட்டி, அல்லாலன் இளையான், தொண்டையான், அருமைப்பிள்ளை, தீரன் சின்னமலை, கொல்லி மழவன், சீயகங்கன், வரபதி ஆட்கொண்டான், கொங்கு மங்கலை போன்றவர்களின் ஆட்சிப் பரப்பில் கொங்குமண்டலங்களின் பிராந்தியங்கள் ஆளப்பட்டன என்பதற்கான சான்றுகள் உள்ளன.

கொங்கின் நாட்டெல்லையை,

வடக்குப் பெரும்பாலை வைகாவூர் தெற்குக்
குடக்குப் பொருப்புவெள்ளிக் குன்று – கிடக்கும்
களித்தண்டலை மேவும் காவிரி நன்நாட்டுக்
குளித்தண்டலை அளவே கொங்கு –என்கிறது பழம்பாடல்.

நாட்டின் பொது எல்லைகள் என்பவை காலத்துக்குக் காலம் மாற்றமடைந்து வந்தவை. கடல்கடந்து விரிந்த சோழப்பேரரசு களப்பிரர் காலத்தில் காணாமல் போயிருந்ததே நாட்டின் எல்லைகளுக்கு காலக்குறிப்பும் முக்கியம் என்பதை உணர்த்தும்.

ஆக பழம்பாடல்கள் உணர்த்தும் எல்லைகள் அவை எழுதப்பட்ட காலத்தில் நிகழ்ந்த ஆட்சி எல்லைகளைக் கணக்கில் கொண்டே குறிப்பிடப்பட்டிருக்கும். அதன்படி, வடக்கின் பெரும்பாலை மைசூருக்கும், சத்தியமங்கலத்துக்கும் இடைப்பட்டது. தெற்கு பழனிக்கும், மேற்கு பாலக்காட்டு கணவாயின், வடபாகத்தில் உள்ள வெள்ளியிங்கிரி மழைக்கும், கிழக்கு காவிரி பாயும் குளித்தலைக்கும் இடையே அமைந்துள்ளது கொங்கு நாடு என்பது பாட்டின் பொருள்.

ஆட்சியதிகாரம்

கொங்கு, சேரரின் ஆட்சிக்குரிய நாடாகவே பெரும்பாலான காலமும் விளங்கியிருக்கிறது. குராப்பள்ளி துஞ்சிய கிள்ளி வளவன், கொங்கரை வென்றதும், பசும்பூண் பாண்டியன் கொங்கரை வென்றதும் முறையே புறம்373, அகம்253 சங்கப் பாடல்களால் விளங்கலாம். சோழன் வீரராஜேந்திரனை அடுத்து ஆட்சிபுரிந்த பரகேசரி வீரநாராயணன், இரண்டாம் விக்கிரமன் ஆகியோர் காலத்தில் கொங்குநாடு பாண்டியரின் ஆதிக்கத்தின் கீழ் வந்தது.

சங்க காலத்திற்குப் பிறகு கிபி 6ம் நூற்றாண்டில் இருந்து 9ம் நூற்றாண்டின் ஆரம்பம் வரை கங்கரும், பாண்டியருமே கொங்கை ஆண்டனர். ஆனாலும், கங்கரின் கல்வெட்டுகள் இங்கு கிடைக்கவில்லை. அவர்கள் வெளியிட்ட செப்பேடுகளில் ஒன்று காரமடையில் அடையாளம் கொள்ளப்பட்டபோது, அது முதல் கங்கமன்னன் 'கொங்கனிவர்மன்' வெளியிட்டது என்று தெரிய வந்தது. பிறகு, கங்க வம்சத்தின் 8வது அரசராக அறியப்படும் துர்வினிதன் செப்பேடு ஒன்று கொமரலிங்கத்தில் கிடைக்கப் பெற்றது. கோவன்புத்தூர் பெயரே கங்கமன்னன் விஷ்ணுகோபன் பெயரோடு தொடர்புற்றே கோவன்புத்தூரானது.

ஆலந்தூர் கல்வெட்டில் சிந்தரையர் மகளார் வானவன் மாதேவியார் என்ற குறிப்பின் மூலம் அவர் சேரகுல அரசி என்பது உறுதிப்படுத்தப்பட்டது. சிந்தரையர்கள் கங்க மன்னர்களுக்குக் கீழ் ஆட்சி செய்தவர்கள். அவர்கள் ஆட்சி செய்த பகுதி சிந்தகப்பாடி என்று அழைக்கப்பட்டது. கங்கர்களுக்கும், குட்டுவன் கோதை மரபில் வந்தவர்களுக்கும் மணவுறவு ஏற்கனவே இருந்தது. ஆனால், கங்கர்கள் ஒடுங்கியது அவர்களுக்குக் கீழிருந்த சிந்தரையர்கள் அரசியலில் மேலோங்கி சேரர்களோடு மணவினை செய்துகொண்டனர்.

சங்ககால மன்னர்களில் முக்கியமானவர்களாகக் கருதப்படும் குட்டுவன் [செங்குட்டுவன்], கோதை ஆகியோரின் வழிவந்தவர்களாக இசைக்காலச் சேரர்கள் தங்களைக் குறிப்பிட்டனர். இவர்களது கல்வெட்டுகளில் தங்களைச் சந்திராதித்ய குலத்தினர் என்றே குறிப்பிட்டனர். வெள்ளலூர், பேரூர் பகுதிகளில் இவர்களது கல்வெட்டுகள் கிடைக்கின்றன. கொங்கின் மேற்குப்பகுதியில் கோதை மன்னர்களின் கல்வெட்டுகள் காணப்படுகின்றன. பழனி ஒட்டன்சத்திரம் கப்பலூர்பட்டியில் இடைக்கால சேரர் குலத்தவரான கோக்கண்டன் மாந்தரன் என்பவரது கல்வெட்டு கண்டெடுக்கப்பட்டது.

இம்மன்னர்களே 9முதல் 10ம் நூற்றாண்டுவரை கொங்கின் மேற்குப் பகுதியை ஆட்சி செய்தார்கள். சோழர்களின் எழுச்சியில் இவர்களது ஆட்சி மறையத் துவங்கினாலும், ஆனைமலை பகுதியில் நீண்டகாலம் நடைபெற்றது. கிபி.953 முதல் 1207 வரை தென்கொங்கு வடகொங்கு எனப் பிரிந்திருந்த கொங்குமண்டலம், 8 வீரகேரள மன்னர்களால் ஆட்சிபுரியப்பட்டது. சுயாட்சி பெற்று சோழர்களின் தலைமையேற்று ஆட்சி செய்தனர். இவர்கள் பாண்டியர் என்றும், கேரள மரபினர் என்றும் இருவேறு கருத்துகள் உள்ளன.

முதல் பராந்தகன் கொங்குநாட்டை சுயாட்சிமிக்க பகுதியாக அறிவித்து கோநாட்டாரிடம் ஒப்படைத்தார். கொங்கு சோழர் என அழைக்கப்பட்ட இம்மன்னர்கள் ஆரம்பகாலத்தில் வடகொங்கில் மட்டுமே ஆட்சி செய்தனர். பிறகு மூன்றாம் வீர சோழன் காலத்தில் (1168–1196) தென்கொங்கிலும் இவர்களது ஆட்சி பரவியது. இவனது கல்வெட்டு துடியலூர், இடிகரை, கோயில் பாளையம்–கவையன்புத்தூர், சூலூர் (சூலூரான அரியபிராட்டி நல்லூர்), செலக்கெறிச்சல், சோமவார்பட்டி (அமர புயங்கரபுரம்) ஆகிய ஊர்களில் கண்டெடுக்கப்பட்டுள்ளன. வடகொங்கில் இருந்த 20 நாடுகளில் பூசை காரியம் நடைபெற 'ஒட்டச்சு' என்ற வரியை நீக்கி

இவன் இட்ட ஆணையை திங்களூர், பாரியூர், கூகலூர், பட்டிலூர், மொடச்சூர் ஆகிய இடங்களில் பொறித்து வைத்துள்ளான். கொழுமத்தில் உள்ள வீரசோழீஸ்வரம் கோயிலை, சூரிய கிரகணத்தில் தன் பிறந்தநாள் வந்ததால் ஏற்பட்ட தோஷத்திற்காக கட்டினதாக இவனது கொழுமம் கல்வெட்டு குறிப்பிடுகிறது. போசள மன்னன் வீரசோமீசுரன் கொங்கின் மீது படையெடுத்து வென்ற 'வடுகன் கலகம்' இவன் காலத்திலே நடைபெற்றதாக அன்னூர் கோயிலில் உள்ள கல்வெட்டு குறிப்பிடுகிறது.

பாண்டிய அரசு

சோழர்காலத்தில் வடகொங்கு, தென்கொங்கு என்று அழைக்கப்பட்ட இந்தப் பிராந்தியம் பாண்டியர் செப்பேடுகளில் மீகொங்கு, குடகொங்கு என்று அழைக்கப்பட்டன. கிபி13ம் நூற்றாண்டு முதல் பாண்டிய மண்ணன் ஜடாவர்மன் வீர பாண்டியன், இராஜகேசரி வீரபாண்டியன் சுந்தர பாண்டியன் பெயர்களோடு இங்கு கிடைக்கும் கல்வெட்டுகளில், ஜடாவர்மன் தவிர பிறர் தங்களைக் கொங்கு பாண்டியர் என்று குறிப்பிடுகின்றனர்.

பாண்டியர் கல்வெட்டுகளில் கொங்கு சோழர்கள் கீழிருந்த அதிகாரிகளின் பேர்களும் நிர்வாகமும், ஊர்களும் குறிக்கப்பட்டுள்ளன. பாண்டியர்கள் காலத்திலே நாட்டுச்சபைகள் பேர்பெறவும் துவங்கியது. வெள்ளாநாடு, பூலுவநாடு போன்ற சமுதாய சபைகள், நிலக்கொடை, வரிகொடை அளிக்கும் அதிகாரம்பெற்றிருந்தன.

இருந்தும் பாண்டியர்களுக்கும் போசளருக்குமான சண்டையில் கொங்குநாடு கைமாறிக்கொண்டே இருந்தது.

1360முதல் 1370 வரையிலான பத்தாண்டுகள் கொங்குநாடு முகமதியர் ஆட்சியின் கீழ் வந்தது. கடத்தூரில் கிடைக்கும் கல்வெட்டுகள் இந்த காலகட்டத்தை உறுதிசெய்கின்றன.

நகரம், தாவளம், அடிக்கீழ்தளம், நிழல்

வணிகர்கள் தங்களுக்கென வைத்திருந்த சபையை நகரம் என்று அழைப்பதுண்டு. நகரத்தார் என்று பேர்வரக் காரணமும் இதுவே. கொங்குநாடு முழுவதும் அவர்களது நகரங்கள் செயல்பட்டன. மாவண்டூர், தேவம்பாடி (குள்ளிச்செட்டிபாளையம்), சோமவார்பட்டி, போளுவாம்பட்டி, திருமுருகன் பூண்டி ஆகிய ஊர்களில் இவர்களது நகரத்தார் சபைகள் ஏற்பட்டிருந்தன. பெருவழிகளில் தங்கி வணிகம் செய்ய உருவாக்கப்பட்ட இடங்கள் தாவளம் என அழைக்கப்படும். சர்க்கார் பெரியபாளையம் கல்வெட்டில், தென்னகம் முழுவதும்

64 தாவளங்கள் இருந்தது குறிப்பிடப்பட்டுள்ளது. பேரூர் கல்வெட்டில் கொங்குநாட்டைச் சேர்ந்த கொற்றமங்கலமான மஞ்சிபுளித்தாவளம் என்ற ஊரும் இடம்பெற்றுள்ளது.

அதேபோல, அவினாசி, பெருமாநல்லூர், பழங்கரை, நடுவச்சேரி ஆகிய ஊர்களில் அடிகீழ்த்தளம் என்ற இருப்பிடம் குறிக்கப்படும். அடிக்கீழ்த்தளம் என்பது படைவீரர்கள் தங்கும் படைவீடுபோல, வணிகவீரர்கள் தங்கியிருக்கும் இடம். வணிகத்திற்கான காவலர்கள் அவர்கள். அன்னூரில் அமைந்திருந்த அடிக்கீழ்த்தளம் பற்றி, "கரையான அடிக்கீழ்த்தளம்" என்பது திருமுருகன்பூண்டி கல்வெட்டு குறிப்பிடுகிறது.

கோவை அறிவொளி நகர் அருகிலுள்ள காற்றாடும்பாறையில் காணப்படும் கல்வெட்டு பெருவழி பற்றிக் குறிப்பிடுகிறது. இந்தக் கல்வெட்டு அருகிலேயே தான் சோழர்கள் உருவாக்கிய பெருவழியும் அமைந்துள்ளது. சோழமாதேவிப் பெருவழி, பிடாரி கோயில் பெருவழி. அசுரர்மலைப் பெருவழி ஆகியவை கொங்குநாட்டிலே அமைந்துள்ள பெருவழிகள். காற்றாடும்பாறைக் கல்வெட்டில் காணப்படும் 'நிழல்' என்ற சொல் நிழற்படையைக் (Shadow Army) குறிக்கும். அரசனைக் காக்க துணையாகப் பயன்படும் இந்த நிழற்படைபற்றியக் குறிப்பு இதே கல்வெட்டில் காணப்படுகிறது.

நந்தி நாகரி

கொங்குநாட்டில் கண்டெடுக்கப்பட்ட கல்வெட்டுகள், செப்புத் திருமேனிகள், மண், உலோகம், துணி, காகிதம் ஆகியவற்றின் மீது எழுதப்பட்டுள்ள எழுத்துக்களில் தமிழ், தெலுங்கு, கன்னடம், சமஸ்கிருதம் ஆகிய நான்கு மொழிகளும் பயன்படுத்தப்பட்டுள்ளது.

அதில் தமிழ் கல்வெட்டுக்களில் பெரும்பாலானவை வட்டெழுத்துக்களால் ஆனவை. அவினாசியில் கிடைத்த மாணிக்க வாசகர் செப்புத் திருமேனி மேல் பொறிக்கப்பட்டுள்ள கன்னட பொறிப்பு மட்டும் நந்திநாகரி எழுத்துவடிவத்தில் காணப்படுகிறது.

எல்லாவற்றுக்கும் மேல் கொங்கில் கண்டெடுக்கப்பட்ட தமிழ் கல்வெட்டுகளில் வட்டெழுத்துகள் பிழையின்றி எழுதப்பட்டவை என்பது முக்கியச் செய்தி. ஆனால், பிற்காலத் தமிழ் எழுத்துக் கல்வெட்டுகளில் பிழைகள் அதிகம்.

இதன்வழி வட்டெழுத்துப் பழக்கம் கொங்குநாட்டில் சீரான வளர்ச்சிகொண்டிருந்ததை அறியலாம். அதுமட்டுமில்லாமல், தொல்காப்பியத்தில், 'என்மனார் புலவர்' என்று குறிப்பிடுவதைப்

போல, இங்குள்ள கல்வெட்டுகளில், 'பழங்கல்வெட்டுப்படி' என்ற சொல் இடம்பெருகிறது. உதாரணமாக, கோவை– கோயில் பாளையத்தில் பழைய கல்வெட்டு ஒன்று சிதைந்துவிட, அதனைப் புதிதாகப் பொறித்த செய்தியில் இந்தப் பழங்கல்வெட்டுப்படி' என்ற வார்த்தை காணப்படுகிறது.

ரோமாபுரி

கொங்குமண்டலத்தின் போத்தனூருக்கு கிழக்கே பழனி கொழுமம் சாலையில் அமைந்துள்ள கலயமுத்தூரில் கி.மு. 8முதல் கி.பி 193வரை ஆட்சியில் இருந்த பத்து சிற்றரசர்களின் காலத்தைய நாணயங்களும் கண்டெடுக்கப்பட்டன. 1842ம் ஆண்டில் வெள்ளலூர் அருகே 522 மற்றும் 1931ல் 121 ரோமாபுரி நாணயங்கள் கண்டுபிடிக்கப்பட்டது. அவை டைபீரியஸ், அகஸ்டஸ், கலிக்யூலா, கிளாடியஸ் ஆகிய மன்னர்களின் காலத்தில் உருவாக்கப்பட்ட நாணயங்கள்.

அந்நாணயத்தின் ஒருபக்கத்தில் அகஸ்டசின் உருவமும் அதனைச் சுற்றி Caesar Augustus என்ற பெயரும், மற்றொரு பக்கத்தில் ஈட்டியும், செங்கோலும் கைகளில் ஏந்திய உருவத்தைச் சுற்றி Maxim Ponrid என்றும் எழுதப்பட்டிருந்தது.

கார்டுவெல் பாதிரியார் இந்நாணயங்களைச் சோதித்துவிட்டு, அகஸ்தஸ் காலத்தில் ரோம் நகருக்குச் சென்ற இந்தியத் தூதன் பாண்டிய அரசனால் அனுப்பட்டவனாய் இருக்கவேண்டும் என்ற வரலாற்றுக் குறிப்போடு ஒப்பிட்டு எழுதினார். ஆனாலு, கிபி.பத்தாம் நூற்றாண்டுவரை ரோமானிய நாணயங்கள் கொங்குப் பகுதியில் செலவாணியாகப் பயன்பட்டிருக்கவேண்டும் என்பது ஆய்வாளர்கள் கருத்து.

இந்நாணயங்களைப்புதையலில் இருந்து எடுத்தபோது புத்தம் புதிதாக காணப்பட்டன. அவற்றில் பெரும்பாலானவை செம்பொன்னாலும் மீதமுள்ளவை வெள்ளியினாலும் செய்யப்பட்டிருந்தன. மதுரையில் கிடைத்த நாணயங்கள் பலவும் தாமிரத்தால் ஆனது. கொங்கில் பயன்பாட்டில் இருந்த நாணயங்களை, காசு, அச்சு, பழஞ்சலாகை, ஸ்ரீயக்கி அச்சு, வராகன் என்ற பேர்களில் வழங்கப்பட்டுள்ளன.

சித்திரமேழிப்பெரியநாடு.

சோழர் காலத்தில் வேளாண்மை இங்கு தீவிரப்படுத்தப்பட்டது. அது கொங்கின் வாழ்க்கைமுறையையே மாற்றி அமைத்தது. வணிகர் வேளாளர் கூட்டமைப்புகள் உண்டாக அதுவே முக்கிய காரணமாகவும் ஆனது. அவ்வாறு உருவானதுதான் சித்திரமேழிப் பெரியநாடு.

சித்திரமேழி பெரியநாடு என்ற அமைப்பு பொள்ளாச்சி, குள்ளிச் செட்டி பாளையத்தில் கிடைத்த கல்வெட்டில் குறிப்பிடப்படுகிறது. இந்தக் கல்வெட்டு காணப்பட்ட கோயில் முழுவதும் உடைக்கப் பட்டுவிட்டது. ஆனால், சித்திரமேழி பெரியநாடு பற்றிய செய்திகள், சித்திரமேழீஸ்வரம், சித்திரமேழி பிள்ளையார், சித்திரமேழிப்பட்டன், தட்டான், விண்ணகரம் ஆகிய பெயர்களால் அதன் பரவலை அறிந்துகொள்ள முடிகிறது. இந்த அமைப்பு வரிவசூல் செய்யும் அதிகாரமும், அதனைக் கோயில்களுக்கு கொடையாக அளிக்கும் அதிகாரமும் பெற்றிருந்தது. வடக்கில் ஷோலாப்பூரில் இருந்து தெற்கே திருநெல்வேலி வரை இந்த அமைப்பு செல்வாக்கு செலுத்தியிருக்கிறது.

காணி ஆட்சி - மன்றாட்டு

காணி ஆட்சி உரிமை என்பது கொங்குப்பகுதிகளில் கிடைக்கும் கல்வெட்டுகளில் அதிகளவு இடம்பெறும் வார்த்தை. 'காணியுடைய சிவப்பிராமணன்' என்ற பேரில்லாத கல்வெட்டுகள் சொற்பம். ஒரு குறிப்பிட்ட தொழிலில் உள்ள வழிவழி உரிமை என்ற பொருளில் இது வழங்கப்பட்டது. சர்க்கார் பெரியபாளையம் கல்வெட்டு, அன்னூர் சிவப்பிராமணன் ஒருவன் அரசனிடம் முப்பது காசு கொடுத்து முகுந்தனூர் ஆளுடையார் கோயிலில் காணி தரவேண்டும் எனக் கேட்கிறான். அரசன் காசை வாங்கிக்கொண்டு காணியை அளிக்கிறான். ஆக, காணி ஆட்சி என்பது தொழில் உரிமை மட்டுமல்லாது நில உரிமையாகவும் இருந்தது. அதேநேரம் பெற்ற கடனைத் திரும்பச் செலுத்த முடியாமல் காணி ஆட்சி உரிமையை விற்றவர்களும் கல்வெட்டுகளில் இடம்பெறுகிறார்கள்.

மன்றாட்டுகாணி, மன்றாட்டு, மன்றாட்டு நிலம், தோட்டம், பேறு ஆகிய சொற்கள் கொழுமம், கடத்தூர், சோழமாதேவி, போரூர், அன்னூர், சேவூர், அவினாசி, தி.மு.பூண்டி அகிய ஊர்க் கல்வெட்டுகளில் இடம்பெறுகின்றன. மன்றாட்டு என்பது நீதிமன்றத்தில் வழக்கு தொடுப்பது என்றும், கோயில் நிர்வாகத்தில் பங்கேற்பது என்று பிழையாகப் பொருள் கொள்ளப்படுகிறது. தி.மு.பூண்டி கல்வெட்டில் இதற்கான சரியான பதம் கிடைக்கிறது. மன்றாட்டு என்பது கால்நடைச் சந்தையிலிருந்து திரட்டும் ஊர் வருவாயில் இருந்து உருவாக்கப்படும் பங்கு ஆகும். வேளாண்மை வளர்ந்து கால்நடை பின்னுக்குத் தள்ளப்பட்டபோது அந்தச் சொல் வேறுவிதங்களாகத் திரிந்தது. மன்றாட்டை நிர்வாகிப்பவர் மன்றாடி எனப் பேர்பெற்றார். மன்றாட்டை வழங்கும் அதிகாரம் அரசனுக்குரியது.

வேளாண் திரள்

சோழர்கள், கொங்குமக்களை வேளாண்மையில் ஈடுபடச் செய்ய வரிநீக்கங்களைச் செய்தனர். தேவதானம் அதிகரிக்கப்பட்டது. நிலக்கொடையில் 70 விழுக்காட்டுக்குமேல் கோயில்களுக்கு அளிக்கப்பட்டன. எறிச்சில், பொழில், வாய்ச்சி, (பொள்ளாச்சி) போன்ற பெயர்கள் காட்டினைத் தீயிட்டு அழித்துப் பயிர்செய்ததையே குறிப்பிடும். ஆரம்பக் காலங்களில் வேளாண் மேல்வாரத்தை கோயில்களே கைப்பற்றிவைத்திருந்தன. தேவிசிறை அணையால் நொய்யலாற்றின் இருமங்கும் நெல்விளைந்தன என்பதை வீரராசேந்திரனின் கல்வெட்டு குறிப்பிடுகிறது. முட்டம் பேரூர் கல்வெட்டுகள் நொய்யலாற்றிலிருந்து பிரிந்த கால்வாய்களைப் பற்றிக் குறிப்பிடுகின்றன. இடிகரை, கோயில்பாளையம், சேவூர் பகுதிகளில் ஏரிகள் இருந்ததும், கருவலூரில் புரோசைக்குளம் என்ற பேரில் குளம் ஒன்று இருந்ததையும் அவ்வூர் கல்வெட்டுகள் குறிப்பிடுகின்றன.

சோழர்கள் வருகைக்கு முன்பு கொங்கின் மக்கள் வாழ்வு என்பது பரவலாக அமைந்திருந்தது. காடுகளிலும் மலைகளிலும் பழங்குடிகள் பெருமளவும் வாழ்ந்துவந்தனர். 10–11ம் நூற்றாண்டுகளில் அவர்கள் வலுக்கட்டாயமாக அல்லது சூழ்நிலை காரணமாக விவசாய சமூகத்துடன் இணைக்கப்பட்டனர். 13ம் நூற்றாண்டுகளில் பல்வேறு சமூகக் குழுக்களைச் சேர்ந்த அவர்கள் கோயில்களுக்கு கொடை அளிக்கும் இடத்தை அடைந்தார்கள். அதேவேளையில், கல்வெட்டுகளில் தங்களது தனிநபர் பெயர்களை இடம்பெறச் செய்யாமல், தங்கள் இனக் கூட்டத்தின் பெயரையே இடம்பெறச் செய்தனர். தொழில் மற்றும் வேளாண் சமூகத்தோடு விரைவாகக் கலந்த அவர்கள் தங்கள் வாழ்க்கைமுறை மற்றும் சமூக அமைப்பை மேல்நிலை ஆக்கம் செய்ய முற்பட்டனர். இது மன்னர்கள் அளித்த 'வரிசைகள்' தொடர்பான கல்வெட்டுகளின் மூலம் தெளிவாக அறிந்துகொள்ள முடிகிறது.

பழங்குடி நீரோட்டம்

கி.பி 10முதல் 15ம் நூற்றாண்டு வரைக்குமான காலகட்டத்தில் சமவெளியில் வாழ்ந்த பழங்குடிகள், சமூக நீரோட்டத்தில் இணைக்கப்பெற்றனர், மேய்ச்சல் எல்லைகள், கால்நடைகள் ஆகிய பூசல்களில் ஈடுபட்டிருந்தவர்கள் வேளாண் மாற்றத்தின் தீவிரத்தினால் தங்களது முரண்பட்ட நிலையோடு இயைந்து வாழப்பழகிக்கொண்டார்கள்.

கோவை உடுமலையை அடுத்த உருத்திராம்பாளையத்தில் இடங்கை தொண்ணூற்றெட்டு சாதியர் பற்றிய கல்வெட்டு ஒன்று உள்ளது. அரசன் சதுர்வேதி மங்கலத்தை இடங்கைச் சாதியர் பொறுப்பில் விட, அவர்களின் நிர்வாகத் தன்மையை விளக்கி அந்தக் கல்வெட்டு எழுதப்பட்டுள்ளது. “அதனால் அந்த சதுர்வேதிமங்கலத்திலும், இதன் பிடாகைகளிலும் குற்றம் செய்பவர்களைப் பற்றி சபையாருடன் சேர்ந்து ஆராஞ்சு தீர்ப்பு சொல்லுவோம். கன்றுக்குக்குண்டை கட்டினாருண்டாகில் பன்றிலொன்றாகக் குத்தித் தூக்குவோம்” என்று இடங்கைச் சாதியர் உறுதி கூறுகிறார்கள். இதேபோல சித்திரமேழி விண்ணகரத்திலும் ஓர் இடங்கைக் கல்வெட்டு உண்டு. ஆனால் வலங்கை பற்றின கல்வெட்டு ஏதும் கொங்குநாட்டில் இதுவரை கிடைக்கவில்லை.

கொங்கின் நவீன வரலாறு அதன் கனிமங்களால் ஆனது. மான் துள்ளினாலும் மரகதம் துள்ளும் அளவுக்கு விலை உயர்ந்த ரத்தினங்களும், களிக்கல்லும், மாக்கல்லும், வெங்காரம், வெங்கச் செங்கல், சவுக்காரம், சுண்ணாம்பு ஆகியவை செழித்த மண் அது. பொன், பாக்ஸைட், இரும்பு, இரத்தினங்கள், மேக்னடைட், டேண்டலைட், டாலோமைட், பெக்மைட், மிக்மடைட், யுரேனியம், வனேடியம், மைக்கா, ஊட்ஸ், பேரியம், சிர்க்கான், கிராபைட், கார்னெட் என்று இன்றைக்குப் பகுத்துப் பிரித்து அறியப்படும் தாதுக்களை அன்றே தங்கள் வாணிபத்தில் ஒருபங்காகப் பயன்படுத்தியிருக்கிறார்கள். இன்றும் வயல்களில் உழும்போது தட்டுப்படும் மரகதங்களுக்காக வாழ்க்கையைத் தொலைத்து தேடி அலைபவர்கள் அங்குண்டு.

பிரிட்டிஷ் ஆட்சிக்கு உட்பட்ட பிறகு, 19ம் நூற்றாண்டில் ஏற்பட்ட தொழிற்புரட்சியினால் கொங்கு மண்டல நிலங்கள் அளவைக்கு உள்ளாகின. பருத்தி, கரும்பு, காபி, தேயிலை போன்ற பணப் பயிர்களும், 1931ல் பைகாரா நீர்வீழ்ச்சியிலிருந்து பெறப்பட்ட மின்சாரமும், 1872ல் கிழக்கையும் மேற்கையும் இணைத்து, உதகை (ஒத்தக்கல் மந்தை) வரை நீட்டித்த ரயில்பாதையும், கொங்குமண்டலத்தின் தொழில்வளர்ச்சிக்கு மேலும் பயனளித்தது.

பஞ்சாலை, நூல், பின்னலாடை, மோட்டார் இயங்கிகள், வாகனப் பொருட்களின் தொழில் வளங்கள் செழிக்கும் முன்னே இயற்கை அங்கே நீராலும் நிலத்தாலும் கொட்டிக் கொடை கொடுத்திருந்தது. பஞ்சாலை மில்கள், பவுண்ட்ரி தொழிற்சாலைகள், மோட்டார் பம்ப், உதிரி பாகங்கள் எனக் கொங்குப் பகுதிகள் விவசாயத்தில்

இருந்து முழுநேரத் தொழில்நகரமாக மாறியது 19 மற்றும் 20ம் நூற்றாண்டுகளிலே. தானிய உணவிலிருந்து அரிசி உணவுக்குப் பழகிய மக்களுக்குக் கிரைண்டர் என்ற வஸ்துவைக் கண்டறிந்து ஒப்படைத்தது, இரும்பு பீரோவைச் சொந்தமாகத் தயாரித்து எல்லா ஊர்களிலும் புழக்கத்தில் கொண்டுவந்தது, பழமையான தங்கம், வைர நகை ஆபரணங்கள் தயாரிப்பின் தொடர்ச்சியை இன்னும் தங்கள் கையிலே வைத்திருந்தது, தொழிற்சாலைகள் அளவுக்குச் சங்கங்கள் வளர்த்தது என ஒருபக்கம் இரைச்சலும் மறுபக்கம் பசுமையும் நிறைந்தது கொங்குதேர் வாழ்க்கை.

◉

கள், நறவு, தேறல்

நவிரமலைப் பகுதியை ஆட்சிசெய்த 'பல்குன்றக் கோட்டத்து நன்னன்' என்கிற மன்னனின் முன்பாக, கூத்து நிகழ்த்தி, அவனை மகிழ்வித்து, அவன் கொடுக்கும் பரிசில்களால் தங்கள் ஏழ்மையைத் தீர்த்துக்கொள்ளும் முடிவோடு பாணர்களும், கூத்தர்களும் அடங்கிய கூட்டம் ஒன்று மேற்குமலைப் பகுதிகள் வழியாகப் பிரயாணம் போகிறது.

வழியிலே அவர்களைச் சந்திக்கிற பரணர், நன்னன் இறந்த கதையைச் சொல்லி, 'நீங்கள் பறம்புமலை அரசனிடம் செல்லுங்கள். தன் படைகளால் மூவேந்தரையும் வெல்லக்கூடிய அவன், உங்கள் கலைக்கு முன்னே சரணடைவான். தன் கூடவே, கபிலர் என்கிற அறிஞனையும் வைத்திருக்கும் பெரும் வள்ளர் அவன் பேர் வேள்பாரி' என்று புதுவழி காட்டுகிறார்.

ஆக, பாணரும் கூத்தரும் அடங்கிய கூட்டம் பாரியின் பிரதேசம் நோக்கிப் புறப்படத் துவங்குகிறது. அப்படிப் புறப்பட்டுச் செல்லும் வழியில் தாங்கள் எதிர்கொள்ளும் ஐந்திணை நிலங்களில் வாழும் மக்களின் வாழ்வைத் தன் பாட்டில் சொல்வது பெரும்பாணாற்றுப் படையின் கதைச் சுருக்கம்.

சங்க இலக்கியங்களின் வழி பண்டையத் தமிழக நில வாழ்வையும், அதன் பண்பாட்டு அசைவுகளையும் பயண இலக்கியமாக அறிந்துக் கொள்ள நிறைய நல்ல வாய்ப்புகள் அளிப்பதில் ஆற்றுப்படை இலக்கியங்கள் முன்னணியில் இருப்பவை. நிலப்பரப்பு சார்ந்து, பாண்டி மண்டல மக்களின் பழக்க வழக்கங்களை அறிந்துகொள்ள மதுரைக் காஞ்சி, நெடுநல்வாடை நூல்களும், சோழ வளநாட்டின் பெருமையைச் சிலாகிக்க பட்டினப்பாலையும், பொருநராற்றுப்படையும் முக்கியமானவை. இதேபோல, தொண்டை மண்டலத்திற்கு பெரும்பாணன் ஆற்றுபடையும், காஞ்சிக்கும் தஞ்சைக்கும் இடைப்பட்ட ஆமூர், திண்டிவனம், எயிற்பட்டினம், புதுச்சேரி, மாவிலங்கை, கிடங்கில், மலாடு (ஓய்மானாடு)

பகுதிகளுக்கு சிறுபாணாற்றுப் படையும், வேலூர், திருவண்ணாமலை பகுதிகளை உள்ளடக்கிய (நவிரமலை) பல்குன்றக்கோட்டம் பற்றி அறிய மலைபடுகடாமும் நல்ல வழித்துணை இலக்கியங்கள்.

பெரும்பாலும் பாணர்கள் போன்ற நாடோடிகளும், வாணிகர்களும், தூதுவர்களும் அன்றைக்கு காலகட்டத்தில் நாடுமுழுதும் நடந்து அலைந்து திரிந்திருக்கிறார்கள். வணிகர்களுக்கு வியாபாரம் தர்மம். பாணனுக்குப் பசியாற வேண்டுமென்பதால் தான் கண்டது அனுபவித்தது என்று எல்லாவற்றையும் கலையாக்கிக் கடத்தி இருக்கிறான். சின்னச் சின்ன பாடல்களுக்கு உள்ளேயும் கூட நுணுக்கமான வரலாற்றைப் பதிவுசெய்து, அந்தக் காலத்தின் சித்திரத்தைக் காட்சிப்படுத்தியவர்கள் பாணர்கள். உதாரணத்துக்கு, வேள்பாரியைக் காணப் போகும் பாணர்கூட்டம் வழியிலே சில மருதநில வேளாளர்களைச் சந்திக்கிறார்கள். வேளாளர்கள், ஏழுநாள் நடக்கும் தங்களுடைய கோயில் திருவிழாவில், பாணர்களைக் கலைக்கூத்து நிகழ்த்த வேண்டுகிறார்கள். செல்வச் செழிப்புமிக்க வேளாளர்களின் ஊருக்குள் நுழைந்ததும், பாணன் இப்படிச் சொல்கிறான், 'இங்கே பெண்கள் யானைத் தந்தங்களை உலக்கையாக வைத்து நெல் குத்தும் செழிப்புடைவவர்கள்' என்று. ஒரு வரியில் அந்தக் காட்சியின் பின்னணி அதுதரும் பிரமிப்பு அத்தனை உணர்வுகளும் புரிந்துவிடுகிறது.

காடும் மலையும் அலைந்து, விவசாய பூமிக்கு வந்த பாணர்களுக்கு, 'களைப்பாக இருப்பீர்கள் இந்தாருங்கள் என்று 'நறும்பிழி' என்ற கள்ளை கோப்பையில் ஊற்றிக் கொடுக்கிறார்கள் வேளாளர்கள். கோப்பையில் ஊற்றும்போதே அதன் வாசனையில் மயக்குறும் பாணன் ஒருவன், அந்தக் கள்ளு தயாரிக்கப்படும் வித்தையை வேளாளக்குடியில் உள்ள ஒருத்தனிடம் கேட்கிறான். 'யாருக்கும் சொல்லமாட்டீர்களே!' என்று ரொம்ப ரகசியமாய் அவர்களுக்குள் பரிமாறப்படுகிறது நறும்பிழி தயாரிக்கும் வித்தை. 'நெல் அரிசியை நன்கு சமைத்து, சோற்றை உருண்டையாக உருட்டி, அதை பெரிய வாயுள்ள பாத்திரத்தில் காயவைத்து, காட்டு இலைகளையும், தாத்திரி மலர்களையும் சேர்த்து, ராவும் பகலும் நீர்விட்டுப் பிசைந்து, கூடவே கொஞ்சம் பனை வெல்லமும் கரைத்து ஊற்றி, மண்பானையில் ஊற்றி மூடிவைத்து விட வேண்டும். இந்த ஊறலைப் பலகாலம் கழித்து, வேக வைத்த பனைநாரில் செய்த அரிப்பில் வடிகட்டிப் பிழிந்து எடுத்தால் நறும்பிழிச் சாறு (கள்ளு) தயாராகிவிடும்'' என்கிறான்.

சத்தியமாய் இதைவிட நுணுக்கமாகவே சிறுபாணாற்றுப்படைக் குறிப்புகள் இருக்கின்றன.

இதேபோல, வெல்லமும் அரிசியும் கலந்து காஞ்சி, தொண்டை மண்டலத்து, கடற்கரையூர்காரர்களும் தினுசு தினுசாக கள்ளு தயாரித்து ருசித்திருக்கிறார்கள். கள் தயாரிக்க வாய்ப்பற்றவர்கள், தங்கள் வேட்டைப் பொருளைப் பண்டம் மாற்றி அதன் ஈட்டுக்கு கள்ளருந்தியிருக்கிறார்கள். அகநானூற்றில் வரும் 61ம் பாடலில், வேடவர்கள் ஒன்றுகூடிக் காட்டில் வேட்டையாடிக்கொன்ற யானையின் தந்தங்களைக் கொடுத்து நெல்லில் வடித்த 'நறவுநொடை' வாங்கி அருந்தினதை மாமூலனார் குறிப்பிடுகிறார்.

ஆற்றுப்படையிலும், வேடர்கள், தேனையும் கிழங்கையும் கடையில் கொடுத்து, வறுத்த மீன் இறைச்சியையும், நறவையும் (கள்ளு) வாங்கி அருந்தியதும், உழவர்கள், கரும்பையும், அவலையும் கொண்டுவந்து கொடுத்து வறுத்த மான் இறைச்சியையும், மதுவையும் உண்டது பற்றி முடத்தாமக் கண்ணியார் குறிப்பிடுகிறார். பரதவர்கள் மீன்களையும் முத்துச் சிப்புக்களையும் ஒப்படைத்துக் கள்ளருந்தினர். ''பன்மீன் கொள்பவர் முகந்த சிப்பி நாரரி நறவின் மகிழ்நொடை கூட்டும் பேரிசைக் கொற்கை'' என்பது அகப்பாடல் (296).

ஓர்நாள், எயினர்களுக்கு மது அருந்த எந்தபொருளும் கையில் இல்லை. ''வேட்டையாடி நாங்கள் ஒரு யானையின் தந்தங்களைக் கொண்டுவந்து கொடுப்போம். அதற்கு ஈடாக இப்போதே எங்களுக்குப் பனங்கள்ளைக்கொடு என்று கேட்டதை மருதநாகனாரின் அகம்.245ம் பாடல் விவரிக்கிறது. அன்றே நம்மவர் கள்ளுக் கடையில் கடன்பெறக் காரணம் கண்டுபிடித்து வைத்திருந்தனர். சங்க இலக்கியத்தில் கள், நறவு, தேறல், அரியல், தசும்பு, தோப்பி, நனை, நறா, மட்டு, மட்டம், பிழி, மகிழ், மது, வேரி, நறவம், பதம் எனப் பதினாறு சொற்கள் இடம்பெற்றுள்ளது. மக்கள் மது அருந்தாத இலக்கியம் சங்கத்தில் தோன்றவில்லை என்று சொல்லுமளவு அதில் கள் பற்றின செய்திகள் உண்டு. நடுகல் வழிபாட்டில் 'கள்' வைத்து வணங்குவதும் பண்டைத் தமிழர் வழக்கு. வழிபட்ட பின்னர் அந்தக் கள்ளைக் குடித்து விட்டு ஆடும் ஆட்டத்தை 'உண்டாட்டு' என்கிறது புறப் பொருள் நூல்கள்.

காட்டுத்தேனை வடித்தெடுத்து நல்ல பழுத்த, ஈரமில்லாத மூங்கில் தண்டுக்குள் ஊற்றி வைத்துவிடுகிறார்கள். அப்படியே வைத்துவிட்டு, நிறைய நாள் காத்திருந்தால், தேன் கட்டியாக மாறி, பிசின் போலஇறுகிவிடுகிறது. இறுகிய கட்டியைக்கரைத்துக் குடிப்பது

தேக்கள் தேறல். தோப்பி ஒருவகை அரிசி. அதில் பனங்கருப்பட்டி சேர்க்காமல் தோப்பிகள் வடித்திருக்கிறார்கள். மலையாளப் பகுதிகளில், 'நறவு' என்ற பூ சேர்த்து (இலவங்கம்) தாயாரிக்கப்பட்ட கள் வகையறா குடிக்கப்பட்டிருக்கின்றன. அவற்றை மதுரைத் தமிழ்ப்பெண்கள் பெண்கள் விரும்பிக் குடித்ததாக மாங்குடிமருதனார் பாடுகிறார்.

வைகை ஆற்றில் குளித்துக் கரையேறும்போது, ஆளை அடித்துச் சுருட்டும் குளிரைப் போக்கிக் கொள்ளவும், உடல்சூட்டை கூட்டவும் பெண்கள் நறவு அருந்தியிருக்கிறார்கள். நறவம் குடிக்கும் முன், வெண்மையாக இருந்த அவர்கள் கண்கள் குடித்தபிறகு லவங்கப் பூப்போலச் சிவந்ததாக (வெள்ளை நிறமுடைய லவங்கம் கருஞ் சிவப்பாக மாறிவிடும்) எழுதுகிறார் புலவர். கள்ளும் பதநீரும் தமிழ்நிலத்தின் நெடுங்கால உணவு. கள் குடிப்பதில் பால் வேறுபாடு இல்லை, வயது வித்தியாசம் இல்லை. மட மங்கையர் மது மகிழ்ந்தனர் என்கிறது பட்டினப்பாலை.

அவ்வை அதியமானுடன் குடித்துப் பாடிய பாடலில் ''தான் மகிழ்ந்துண்ணும் மன்னே'' என்கிறாள். 'தேறல்' எனும் கள்ளைச் சுவைத்த அவள், 'தேள் கொட்டியது போல்' உள்ளதென்று தானருந்திய கள்ளின் தன்மையைப் பாடலாகச் சுட்டுகிறாள். பரதவ மகளிர் பேரலைகள் அடித்துக் கொண்டு வந்து கதை ஒதுக்கிய சந்தன மரத்தை எடுத்துச் சென்று தீ மூட்டிச்சமைத்து 'தேறல்' என்னும் கள் தெளிவைக் காய்ச்சி வடித்துள்ளனர். கள்ளருந்தும் வீரன் ஒருவனைப் பாடும் உலோச்சனார், அவன் விரும்பி உண்ணும் 'காந்தாரம்' எனும் கள் வகையை அறிமுகம் செய்கிறார்.

முதிர்ந்த காரைப்பழம் போல நுரை விட்டு விளைந்திருக்கும் அதனை, ஓர் வீரன் ஆநிரைகளைக் கவர்ந்துகொண்டுவந்து கள்ளுக்கு விலையாக வழங்குவான் என்கிறார். அவ்வாறு அவன் கள்ளருந்தும் வேளையில், சுடப்பட்ட கறியை உண்பான். உண்ட வாடை காயும் முன்னே வில்லை எடுத்துக்கொண்டு பகை நாட்டுக்குச் சென்று, மற்றவர் ஆர அமர கள்ளருந்தி முடிக்கும் முன், மிகப்பெரிய ஆநிரைக் கூட்டத்தைக் கவர்ந்து வந்து ஊருக்கு வெளியே நிறுத்துவான் என்கிறார். கூடுதலாக, முதிர்ந்த காந்தாரக் கள் உள்ள சாடியை யாருக்கும் திறந்து ஊற்றாதே அவன் உன்மீது எரிந்து விழுவான் என்றும் பாடுகிறார்.

கடைத்தெருக்களில் கள் விற்குமிடங்களில் பறந்த கொடிகளைக் கொண்டு அவை இருக்குமிடம் அறியப்பட்டதாக பதிற்றுப்பத்து

(60:10,11) குறிப்பிடுகின்றது. கள்ளை 'மண்டை' என்னும் பாத்திரத்தில் ஊற்றிக் குடித்ததும் புளித்த கறித் துண்டுகளைத் தொட்டுக் கொண்டதும் புறநானூறு 177–ம் பாட்டில் வருகிறது. அக்காலத்தில் வீடுகளில் கள்ளு தயாரித்தது புறநானூற்றில் உண்டு. உயர்க்குடிக் குடும்பங்கள் குங்குமப்பூ, இஞ்சி, வாசனாதி திரவியங்கள் சேர்த்து தயாரித்த கள்ளை, தங்கக் கோப்பையில் ஊற்றிக் குடித்திருக்கிறார்கள். அதற்கு 'பூக்கமழ் தேறல்' என்று பேர். அதன் தொடுகறியாக மீன் குழம்பும், கருநாவல் பழமும், துடரிப்பழமும், மாம்பழமும், மறவர் எறிந்து கொண்ற எயிற்பன்றியின் கறியும் சுவைக்கப்பட்டன.

ஐவகை நிலங்களிலும் வாழ்க்கைச் சூழலைக் கருத்தில் கொண்டு வெவ்வேறுவிதமான மதுப்பழக்கம் வழக்கத்தில் இருந்தன. கள் தயாரிக்கும் முறையை அடிப்படையாக் கொண்டு தனிக்கள், நெல்லின் அரியல்கள், நுங்கின்கள், இளங்கள், நாட்கள், முதுகள், அருங்கள், இன்கடுக்கள், கடுங்கள், வெங்கள், கலங்கள், தேறல் எனக் கள் வகைகள் பல.அவைதவிர சாராயம், காந்தாரம், தேங்காந்தாரம் முதலியவையும் கள்ளின் வேறு வகைகள். பொதுவாகக், கள்ளின் உடன் கலவையைக் கொண்டே அதன் பேர் அறியப்பட்டது.

சங்க காலத்தில் பனங்கள் சிறந்து விளங்கியிருக்கிறது. ஆனாலும், மரத்திலிருந்து கள் இறக்கப்பட்ட விதம் குறித்த குறிப்புகள் இல்லை. பின்னாளில் தென்னிந்தியாவுக்கு வந்த, கோதிக் வியாபாரி 'போலோ' தமிழகத்தில் தான் பார்த்து அதிசயித்த விசயங்களில் பனையின் கள்ளைப் பற்றி அத்தனை சிலாகித்திருக்கிறான். "ஒரு மரம் எப்படி ஒயினைச் சிந்துகிறது?" என்பது அவனது கேள்வியாக இருந்தது.

தமிழகக் கோயில்களில் பனையை தல விருட்சமாகக் கொண்ட கோயில் ஒன்று செய்யாற்றில் உண்டு. சைவ சமயக் குரவர் ஞானசம்பந்தர், கள் இறக்கும் ஆண் பனையை, காய் காய்க்கும் பெண் பனையாக மாற்றிய புராணச் செய்தியால், அந்த தலத்திற்கு பனை தல விருட்சமாகியிருக்கிறது. பெண் பனையிலும் கள் இறக்க முடியும் என்பது சம்பந்தருக்குத் தெரியுமா எனத் தெரியவில்லை. ஆனால், ஆண் பனைக்கும் பெண் பனைக்குமான வேறுபாட்டைத் தமிழ் நிலம் அறிந்திருந்தது.

"நடுவூருள் வேதிகை சுற்றுக்கோட் புக்க
படுபனை யன்னர் பலர்நச்ச வாழ்வார்;
குடிகொழுத்தக் கண்ணுங் கொடுத்துண்ணா மாக்கள்
இடுகாட்டுள் ஏற்றைப் பனை."

பலரும் தன்னை விரும்ப வாழ்வோரைப் பெண் பனைக்கும், கொடுத்துண்ணா மாக்களை ஆண் பனைக்கும் குறிக்கிறது வேளாண் வேதமெனப்படும் நாலடியார். ஆண்பனையின் பூக்களால் செய்த மாலையைச் சேரர்கள் சூடினர். நெய்தல் சிறுவர்கள் அணிந்த ஐம்படைத் தாலிகள் பனை ஓலையிலும் செய்யப்பட்டன. திருமணத்தின் போது பெண்கள் அணியும் தாலி கணவனின் சின்னமாக அவன் உயிரோடு இருக்கும்வரை போற்றப்படுதலால் ஆண்பனை ஓலையில் செய்யப்பட்டது. தவிர ஆண் பனைக்குப் பேர் சேற்றை! பெண் பனைக்கு பெண்ணை! எனத் தனிப்பேர்களும் வழங்கப்பட்டன.

இந்தமாதிரி சோடிக்கட்டுகள் வேறு சில மரங்களிலும் உண்டு. தாழம் புதரிலே ஆண் பெண் பாலினம் உண்டு. பப்பாளி, ஈஞ்சமரம் என்று இன்னும் சிலதும் தேடியடையலாம். பலா, தென்னைகள் எல்லாம் ஆணுடைய குரும்பையும், பெண்ணுடைய பூவையும் ஒரே மரத்தில் கொண்டிருப்பவை. எங்களூரில், 'அந்தப் பன ஆணா போயிருச்சு போல' என்று களைபறிக்கும் பெண்கள் சொல்லக் கேட்டதுண்டு. ரெண்டு காய் பழுத்துவிழுந்தால் வேண்டாம் என்றா ஆகிறது அவர்களுக்கும். ஆண் பனை பெண்ணைப் போலப் பழுக்காது என்றாலும், ரெண்டிலுமே கள் இறக்க முடியும். அதில் ஆணுக்கு ருசிப்பு அதிகம்.

'ரெட்டையாய் கவட்டை மாதிரி நீட்டிக் கொண்டிருக்கிற குரும்பையை, லேசாகத் தண்டைக் கிழித்து, நெருக்கிவைத்து ஒரு கட்டு கட்டிவிட, பாளையின் நுனியை, வட்டமாய் அரிந்து போட்டால், நாலைந்து சீவலுக்குப் பிறகு, பொட்டுப் பொட்டாய் அதிலிருந்து கள் துளிர்க்கிறது. துளிர்ப்பை பானையின் உள்பக்கமாக வழியவிட்டால் மரத்தைப் பொறுத்து தரமான கள்ளு அரைநாளில் கலயம் நிரம்பியிருக்கும்.

பனையைத் தவிர உணவுக்காகப் பயிர் செய்த நெல் தினையரிசி முதலானவற்றிலிருந்தும் கள்ளைக் காய்ச்சி வடித்துள்ளனர். காடுகளில் இயற்கையாகக் கிடைக்கும் தேனைப் பயன்படுத்தி நறவு, பிழி முதலான கள் வகைகளைப் பழந்தமிழர் காய்ச்சி வடித்துள்ளனர். பிற்காலத்தில், தென்னையில் இருந்தும், கரும்பஞ்சாற்றில் இருந்தும், மரப்பட்டைகளில் இருந்தும், ஈச்சமரத்திலிருந்தும், வேறுபிற தானியங்களிலிருந்தும் கள்–சாராயம் வடிக்கப்பட்டிருக்கிறது. யவனர்களும் தங்கள் பங்குக்கு கொண்டுவந்த பீப்பாய் மதுக்களிலும், மொய்த்த ஈக்களாய் மயங்கத் துவங்கியிருக்கிறார்கள்.

மக்களின் வாழ்வியல் தேவையில் ஒன்றாக நுகரப்பட்டுவந்த மது சந்தைப்படுத்தப்படத் துவங்கியதும் முதலில் அதிலிருந்து பெண்கள் வெளியேறியிருக்கிறார்கள். தங்கள் இல்லத்தின் ஆண்மக்கள் முப்பொழுதும் குடியில் மக்கள் திளைக்க கள்ளுண்ணாமை மாதிரியான நீதிமுழக்கங்கள் உருவாகத் தொடங்கின. ஒருபக்கம் உள்வீட்டுத் தயாரிப்புகளின் மீது கைவைத்துவிட்டு, காசு செலவுசெய்து கள்ளுண்ணாமை முழக்கத்தையும் ஆதரித்துக் கொண்டே அரசவர்க்கங்கள் மது வியபாரத்தை வளர்த்தெடுத்துவிட்டன. அதுவும் நூற்றாண்டு நூற்றாண்டாக..

◉

நோய்முதல் நாடி

"உலகில் எங்கு நோய்கள் கிளந்தெழுந்தாலும் அதைத் தீர்க்கும் மருந்தை இயற்கை கொண்டிருக்கும்..."

ஆங்கில மருத்துவம் கற்றபின், நாட்டுப்புற மருத்துவத்தை அனுபவத்தின் வாயிலாகக் கற்றுக்கொண்டா அமெரிக்க மருத்துவர் ஜார்விஸ் தன்னுடைய நாட்டுப்புற மருத்துவம் நூலில் குறிப்பிடும் வாக்கியம் இது. தமிழர்க் கைக்கொள்ளும் நாட்டுப்புற மருத்துவம் என்பது உலகின் மிகப் பழமையான இயற்கை முறை வைத்தியம். இடம்விட்டு இடம் அலைந்த அலைகுடி வாழ்க்கைமுறை கொண்ட மனித இனம் நோய்நொடிகளில் இருந்து தன்னைத் தற்காத்துக் கொள்ளவும், பசியை வெல்லவும், உயிர்ப்பிழைத்திருக்கவும் இயற்கையில் கிடைத்த செடிகொடி மூலிகைகளையே நம்பியிருந்தான்.

சங்க இலக்கியங்களில் நல்லச்சுதன், சல்லிகை குமரன் இருவரும் சங்க காலத்தில் சிறப்புற்றிருந்த மருத்துவர்களாகக் குறிப்பிடப்படுபவர்கள். சமணத்துறவிகள் தங்கள் பள்ளிகளில் ஔடததானம் எனும் பேரில் மருத்துவ உதவிகளைச் செய்துள்ளனர். கலித்தொகை, நற்றிணை, குறுந்தொகை, புறநானூறு, குறள் ஆகியவை கூட மருத்துவம் பற்றிய குறிப்புகளைக் கொண்டுள்ளன. மருத்துவக் குறிப்புகளைக் கொண்டே எழுதப்பட்ட நீதிநூல்களும் நம்மிடையே உண்டு. கிபி.5 மற்றும் 6ம் நூற்றாண்டுகளில் உண்டான ஆசாரக்கோவை, பின்னாட்களில் மூவேந்தர் புகழ் பாடும் முத்தொள்ளாயிரம் ஆகியவையும் தமிழ் மருத்துவக் குறிப்புகளைக் கொண்டிருக்கும் நூல்களே.

பெருமருத்துவனார்

சங்க காலம் முதலே அரசனுக்குத் துணையாக மருத்துவர்கள் இருந்தனர். கல்வி புகட்டும் ஆசிரியராகவும், மருத்துவராகவும் அவர்கள் விளங்கினர். ராஜராஜன் காலத்து கல்வெட்டு ஒன்று அக்காலத்தில் அறுவை முறையில் சிகிச்சை நடைபெற்றதைக் குறிப்பிடுகிறது. மருத்துவத்தின் மலர்ச்சிக்காகவும், மருத்துவர்கள் வாழ்வுக்கு சோழர்கள் காலத்தில் நிலக்கொடை அளித்ததையும், ஆதூலர் சாலைகள் என அழைக்கப்பட்டிருந்ததையும் அவர்களது கல்வெட்டுக்களின் மூலம் அறியமுடிகிறது.

பல்லவர்களின் ஆட்சிகாலத்தில் எழுதப்பட்ட கல்வெட்டுகளில், மருத்துவ மூலிகைகளைப் பயிரிடுவதற்கு 'செங்கொடிக்காணம்', 'கண்ணிட்டுக் காணம்' போன்ற வரிகள் விதிக்கப்பட்டதையும், மருத்துவர்களுக்கு 'மருத்துவப்பேறு' என்ற நிலமானியம் கொடுக்கப்பட்டதையும் பதிவு செய்யப்பட்டுள்ளன. மகேந்திரவர்மனின் நலன்காக்கும் மருத்துவராக 'பெருமருத்துவனார்' என்பவர் இருந்துள்ளார். காஞ்சிபுரம் சிறுவாக்கம் விநாயகர் கோயிலில் காணப்படுகிற கல்வெட்டில், "மயேந்திரப் போத்தரைசரு பெரு மருத்துவனாருக்கு.." என்று அவர்பற்றிய குறிப்பு காணப்படுகிறது.

பாண்டிய மன்னர் சுந்தரபாண்டியனின் எட்டாம் ஆட்சியாண்டில், நாமக்கல் குன்றுச் சரிவில் வெட்டப்பட்டிருக்கும் அரசாணைக் கல்வெட்டு, கி.பி. 13ம் நூற்றாண்டில் மருத்துவராகப் பணியாற்றி வந்த, நாங்கூர் நாட்டைச் சேர்ந்த 'சுவர்ணன் பாராசிரயன் ஆதித்த தேவன் திருவம்பலப் பெருமாளான வைத்ய புரந்தரன்' என்பவருக்கு வாழ்வூதியமாக நிலம் அளித்ததைக் குறிப்பிடுகிறது. இக்கல்வெட்டில் அவர், மருத்துவர் புரந்தரர் 'அங்க வைத்தியர்' என்று குறிப்பிடப்படுகிறார். மாறன் சடையனின் தலைமை அமைச்சராக விளங்கிய 'மாறன்காரி' மருத்துவத்துறையில் சிறந்து விளங்கிய வைத்திய சிகாமணி என்று குறிப்பிடப்படுகிறார்.

கல்வெட்டு வரலாற்றின் மிகப்பழமையான மருத்துவ ஆதாரம் கிமு.3ம் நூற்றாண்டில் அசோகரால் எழுதப்பட்ட கிர்னார் கல்வெட்டில் காணப்படுகிறது. குஜராத் மாநிலம் கத்தியவார் பகுதியில் உள்ள கிர்னார் என்ற ஊரில், ஒரு பெரிய பாறையில் அசோகர் எழுதச் செய்த இந்தக் கல்வெட்டில், மனிதர்கள், விலங்குகளுக்கு மருத்துவ உதவி அளிப்பதற்காக ஆதுல சாலைகள்அமைக்கவும், மருந்துச் செடிகள் வேர்கள், பழ மரங்கள் ஆகியவற்றைக் கொண்டு மருத்துவ உதவி அளிக்கவும், அவற்றைத் தேவையான இடங்களில் இருந்து வரவழைக்கவும் தேவையான ஆணைகளைப் பிறப்பித்திருக்கிறார்.

சல்லியக் கிரியை

தமிழகத்தில் சோழர் காலத்திலிருந்த மருத்துவச் செய்திகளைப் பற்றியும் ஒரு சில கல்வெட்டுக்களே அறியத்தருகின்றன. ஆதுலர்சாலை மற்றும் ஆரோக்கியசாலை என மருத்துவமனைகள் கல்வெட்டுகளில் குறிப்பிடப்பட்டுள்ளன. திருமுக்கூடல், திருப்புகலூர், திருவாவடுதுறை, கீர்களூர், கூகூர் மற்றும் கடத்தூர் ஆகிய இடங்களில் கிடைக்கப்பெற்ற கல்வெட்டுகள் சோழர் காலம் மருத்துவம் குறித்து சில செய்திகளைத் தெரிவிக்கின்றன. இவற்றில் சிறப்புமிக்கது எனச் செங்கல்பட்டு மாவட்டத்தில் உள்ள திருமுக்கூடல் வெங்கடேசப் பெருமாள் கோயில் கல்வெட்டைக் குறிப்பிடலாம். பல்லவர் கால கோயிலான இது ராஜராஜ சோழன் ஆட்சியில் கற்றளியாகப் புதுப்பிக்கப்பட்டுள்ளது.

அங்கு, கி.பி.1068– ம் ஆண்டில் எழுதப்பட்டுள்ள 55 வரிகள் கொண்ட இந்தக் கல்வெட்டின் மூலம் திருமுக்கூடல் கோயிலில் வீரசோழன் பேரில் மருத்துவமனை அமைக்கப்பட்டிருந்ததும், பதினைந்து நோயாளிகள் அங்கு தங்கியிருந்து சிகிச்சை பெறும் வசதிகள் உண்டுபண்ணியிருந்ததும் அறியமுடிகிறது. ''ஆதுலர் சாலை வீரசோழனில் வியாதிபட்டுக் கிடப்பார் பதினைவர்க்குப் பேரால் அரிசி நாழியாக அரிசி குறுணி ஏழுநாழி.'' என நோயாளி ஒருவருக்கு ஒருவேளை உணவுக்கு 1 நாழி அரிசி கொடுக்கப்பட்டதும், மருத்துவச்சாலை விளக்கெரிக்க இரண்டேகால் காசும், விளக்கொன்றுக்கு ஆழாக்கு நெய் வழங்கப்பட்டதும் இதே கல்வெட்டில் இடம்பெற்றுள்ளது.

முக்கியமாக, அங்கு பயன்படுத்தப்பட்ட 20 வகையான மருந்துகள் குறித்தும் திருமுக்கூடல் கல்வெட்டில் குறித்துள்ளார். பிராஹமியம் கடும்பூரி, வாஸாஹரிதகி, கோமூத்ர ஹரிதகி, தஸமூல ஹரிதகி, பல்லாதக ஹரிதகி, கண்டிரம், பலாகேரண்ட தைலம், பஞ்சாக தைலம், லசுநாகயேரண்ட தைலம், உத்தம காணாபி தைலம், ஸுக்ல ஸகிரிதம், பில்வாதி கிரிதம், மண்டுகரவடிகம், த்ரவத்தி, விமலை, ஸுநோரி, தாம்ராதி, வஜ்ரகல்பம், கல்யாணலவனம் புராணகிரிதம் ஆகிய கல்வெட்டில் குறிப்பிடப்பட்டுள்ள மருந்துகளில் பல இன்றும் பயன்பாட்டில் உள்ளன.

இம்மருத்துவமனையில், நாடி பார்த்து மருத்துவம் செய்யும் பொது மருத்துவர் ஒருவரும், அறுவைச் சிகிச்சை செய்யும் மருத்துவர் ஒருவரும் இந்த ஆதுலர் சாலையில் பணியாற்றியுள்ளனர். இதில், மருத்துவரை ஆதுலர் என்றும், அறுவைச் சிகிச்சை செய்யும் மருத்துவரை, ''சல்லியக் கிரியை பண்ணுவான்'' என்றும் சுட்டுகிறார்கள். நாடி மருத்துவரான 'ஆலம்பாக்கத்து சவர்ணன் கோதண்டராமன் அசுவத்தாம பட்டருக்கு' நாளொன்றுக்கு ஊதியம் 3 குறுணி நெல்லும், 4 காசுகளும். அறுவைச் சிகிச்சை மருத்துவரின் ஊதியம் நாளொன்றுக்கு 1 குறுணி நெல்லும் 2 காசுகளும் வழங்கப்பட்டிருக்கிறது.

மருத்துவச்சி

மருத்துவர் தவிர்த்து அவர்களுக்கு உதவியாளர்களாக மருந்து தயாரிக்கவும், மருத்துவ மூலிகைகளைத் தேடிக் கொண்டு வரவும், அவற்றைலிருந்து மருந்து தயாரிக்கவும், 'மருந்தாய்ந்து கொடுப்பார்' என இருவர் பணிபுரிந்திருக்கிறார்கள். இவர்களை, ''ஆதுலர்க்கு மருந்துகளுக்கு வேண்டும்; மருந்து பறித்தும் விறகிட்டும்; பரியாரம் பண்ணுவர் இருவர்.'' என்று அக்கல்வெட்டு குறிப்பிடுகிறது. பரியாரிகளுக்கு ஊதியமாக, நாளொன்றுக்கு 1 குறுணி நெல், 1 காசு ஊதியம் வழங்கப்பட்டிருக்கிறது. இவர்களோடு, கத்தியைத் திறம்பட உபயோகிக்கும் சவரத் தொழில் செய்யும் நாவிதர் ஒருவரும்

சவரத்தொழிலுடன் அறுவைச் சிகிச்சையும் செய்துள்ளார். இவரும் கல்வெட்டில் மருத்துவர் என்றே அழைக்கப்படுகிறார். நாவிதரின் மனைவி 'மருத்துவச்சி' என்றழைக்கப்பட்டுள்ளார்.

கிபி.1113ல் எழுதப்பட்டுள்ள விக்கிரமசோழனின் கல்வெட்டின் மூலம், திருவாவடுதுறையில் ஒரு மருத்துவக் கல்லூரி இருந்துள்ளதும் அதற்கு, 'முந்நூற்று அறுபத்து நால்வன் அறச்சாலை' என்று பெயரிட்டதும் காணப்படுகிறது. இவைதவிர, குந்தவை தஞ்சையில் நிறுவிய இலவச வைத்தியசாலை, திருவிசலூர், திருப்புகலூர், திருச்சி கோவந்த புத்தூர், குன்றத்தூர், மைசூரை அடுத்த சுகடூர் ஆகிய இடங்களில் திருக்கோயில்கள் மருத்துவச் சாலைகளாக சோழர் காலத்தில் இயங்கியது தெரியவருகிறது.

இம்மருத்துவ சாலைகளில் பணியாற்றிய குன்றத்தூர் சரவணன், அரையன், சந்திரசேகரன், கோதண்டராம அசுவத்தாமபட்டர், மங்களாதி ராஜன், சீராளன் ஆகிய மருத்துவர்களின் பெயர்கள் சோழர் கல்வெட்டுக்களில் இடம்பெருகின்றன. இவர்கள் பல்லவர்கால வைத்திய முறைகளைச் சோழர் காலத்திலும் தொடர்ந்தனர் என்பதை இவர்களது வைத்திய முறகளைக் குறிப்பிடும் கல்வெட்டுகள் தெரிவிக்கின்றன.

திருத்துறைப்பூண்டியில் உள்ள அகத்தீஸ்வரர் கோயில் கருவறையின் வடபுறத்தில் உள்ள கல்வெட்டு ஒன்று இரண்டாம் ராஜேந்திர சோழன் காலத்தில் களப்பால் சபையார் மகப்பேறு மருத்துவக் காணிக்கையாக நிலக்கொடை கொடுத்தது பதிவு செய்யப்பட்டுள்ளது. மகப்பேறு மருத்துவம் இக்கல்வெட்டில் சூல்மருத்துவம் எனக் குறிப்பிடப்படுகிறது. பரசுராமர் என்பவர் சிறந்த சூல் வைத்தியர் என்றும், சிசு வைத்தியத்திற்காக அவருக்கு 250 கழஞ்சு பொன் காணிக்கையாகக் கொடுக்கப்பட்டதையும் திருத்துறைப்பூண்டி கல்வெட்டு குறிப்பிடுகிறது.

சோழர் காலத்துக் கோயில்கள் மருத்துவமனைகளாகவும் இயங்கின. நோயாளிகளிடம் கட்டணம் பெறாமல் மருத்துவம் பார்க்கப்பட்டதையும் கல்வெட்டுகள் மூலம் அறியமுடிகிறது. மருத்துவர்களுக்குக் கொடையாக 'மருத்துவக்காணி', வீடு, நிலம் ஆகியவை வழங்கப்பட்டதும், சோழர்களின் கல்வெட்டுகளால் அறியப்பெற முடிகிறது.

நாட்டுப்புற வைத்தியத்தை இயற்கைமுறை மூலிகை வைத்தியம்; மந்திர சார்பான சமய வைத்தியம் என இரு வகையாகப் பிரிக்கிறார்கள்.

வேம்பு

இயற்கை முறை மூலிகைகள் பெரும்பாலும், காடுகளிலிருந்தும், வயற்புறங்களில் இருந்துமே சேகரிக்கப்பட்டவை. அதில் முதன்மையானதாக வேப்பிலை இருந்துவருகிறது. குழந்தைகள் பிறந்து ஏழாம் அல்லது ஒன்பதாம் நாள் காப்பிடும் சடங்கில், அத்தைக்காப்பு, ஐம்பொன்காப்பு, பொன்காப்பு அணியும் வழக்கம், பிள்ளையின் கைகளில் வேப்பிலையைச் சுற்றி விடுவதிலிருந்து துவங்கியது. ஒருபுறம்

தீய சக்திகள் அணுகாது என்கிற நம்பிக்கை. மறுபுறம் நோய் வராது காக்கும் மூலிகை மருத்துவம் இந்த மருத்துவச் செயல்பாட்டுக்குள் இடம்பெற்றுள்ளது. கையில் அணியும் 'காப்பு' என்பதே நோயிலிருந்து காத்தல் என்கிற அர்த்தத்திலிருந்து கிளைத்ததே.

தமிழ் நாட்டுப்புற நம்பிக்கைகளில் வேப்பமரத்தில் மாரித் தெய்வம் வாழ்கிறது என்பது மந்திர–சமய வைத்திய நம்பிக்கையாக படிந்துவிட்டது. அதேபோல இந்திமொழி நாட்டார் பாடல்களில் அவர்கள் வேப்பமரத்தில் உறையும் தெய்வம் என 'சீதளா' என்கிற பெண் தெய்வத்தைக் குறிப்பிடுகிறார்கள். இன்றும் தமிழகத்தின் பேயோட்டும் சடங்குகளில் வேப்பிலை முக்கியத்துவம் பெற்ற இன்று. தாவர வழிபாடுகள் குறித்து ஆய்வு செய்த அறிஞர்கள் பலர் வேம்பின் தெய்வத்தன்மையை, நோய் தீர்க்கும் தன்மையையும் வியந்தபடியே தங்கள் குறிப்புகளை எழுதிவைத்துள்ளனர்.

மூவேந்தர்களில், பாண்டிய மன்னர்களின் குடிப்பூவாக வேம்பு அணியப்பட்டது. மன்னர்கள் மட்டுமன்றி வீரர்களும் வேம்பூக்களைச் சூடிக் கொள்வர். இவ்வீரர் இன்ன அரசனைச் சார்ந்தவர் என்று வேறுபாடு தெரிந்துகொள்ள வேண்டிப் போரின் போது அவரவர் பூக்களைச் சூடிக்கொண்டு ஆர்ப்பர் என்கிறது தொல்காப்பியம். “வேம்பும் ஆரும் போந்தையும் மூன்றும் மலைந்த சென்னியர் அணிந்த வில்லர் கொற்ற வேந்தர்.”

வேம்பு போல அரசமரமும் வழிபாட்டுக்குரிய ஒன்றாக இருக்கிறது. அது மலட்டுத்தன்மை நீக்கிக் குழந்தைப்பேறு தரும் என்கிற நம்பிக்கை இந்தியா முழுக்கப் பரவியுள்ளது. 'அரசமரம் சுற்றிவந்து அடிவயிற்றைப் பார்த்துக் கொண்டாள்' என்பது பழமொழி. பிள்ளைப்பேறு வேண்டி, அல்லிமுளையும், முல்லைமுளையும் தின்று தவமிருந்து குழந்தைபெற்றதாக நாயுடு இனப் பெண் ஒருவர் பாடும் பிள்ளைப்பேற்றுப் பாடல் உண்டு. செவ்வல்லி, வெள்ளல்லி, கரு நெய்தல் ஆகிய மூன்று அல்லிகளும் நாட்டுப்புற மருத்துவத்தில் கருவுற்றிருக்கும் காலத்தில் மருந்தாகத் தரப்பட்டிருக்கிறது.

தேன், இஞ்சி, பூண்டு, துளசி, தும்பை, கடுகு

நாட்டுப்புறத்தின் ஒப்பற்ற மருந்தாகத் தேன் இன்றுவரை பயன்படுத்தப்பட்டு வருகிறது. குழந்தை வளர்ப்பிலும் தேன் மிகமுக்கிய பாத்திரத்தை வகித்து வந்துள்ளது. தேனும் வெல்லமும், நெய்யும் கலந்து அதனோடு சுக்கு அரத்தை, சித்தரத்தை, சதகுப்பை, வாயுவிளக்கம், திப்பிலி, அதிமதுரம், வசம்பு சேர்த்து உருவாக்கின 'கடைமருந்து' லேகியங்கள் உணவைச் செரிக்க வைத்து, பசியைத் தூண்டி, உறக்கத்தைத் தரும் என்கிறது தாலாட்டுப்பாடல் ஒன்று. நோய்க்குப் பட்டினி இருத்தல் பெரும் மருந்து என்கிறது 'லங்கண பரம ஔடதம்' எனும் பேரில்

அமைந்த வடமொழி நூல். அதன் ஆங்கில உரை, Starve the fever, Feed the Cold' என்று பட்டினி கிடக்கும் மருத்துவ விதியைக் குறிப்பிடுகிறது. அதேபோல நோய்நீங்கி உண்ணத் தொடங்கியதும் பதின்மூன்றுநாள் நல்ல சத்துள்ள உணவை எடுத்துக்கொள்ள வேண்டியது மருத்துவக் குறிப்புகளில் இடம்பெற்றுள்ளது. வள்ளுவ மருந்து அதிகாரத்தின் ஏழு குறள்கள் நோய் வருமுன் காக்க உண்டி எடுத்துக் கொள்ளுதலையே குறிப்பிடுகின்றன.

நாட்டு மருந்துகளில் பூண்டு மிக உயர்ந்த மருந்துணவாக அக்காலம் முதலே கருதப்பட்டிருக்கிறது. இதனை மாத்திரை வடிவத்தில், முன்னேறிய நாட்டினர் ரத்த அழுத்த நோய்க்கு மருந்தாகக் கொடுப்பதுண்டு. கருவுற்ற பெண்களுக்குப் பூண்டை உரித்துப் பாலில் வேகவைத்து, சக்கரை, ஏலப்பொடி, நெய் சேர்த்து களி கிண்டி அளிப்பது பாலூற வைப்பதோடு, வயிற்றுப்புண் ஆற்றும் என்கிற மருத்துவக்குறிப்பும் இன்றும் பயன்பாட்டில் உள்ள ஒன்று. 'உல்லி சேசமேலு தல்லிகூட சேயது' என்பது தெலுங்குப் பழமொழி. அதன் பொருள், ''பூண்டு செய்யும் நன்மையைப் பெற்ற தாய்கூட செய்யமாட்டாள்'' என்கிறது.

பூண்டின் நிகராக இஞ்சி மருத்துவப் பயன்பாட்டில் முக்கியத்துவம் பெற்றது. பித்தத்தோடு தொடர்புறைய அனைத்து நோய்களுக்கும் இஞ்சி மிகச்சிறந்த மருந்தாகக் கொடுக்கப்பட்டுள்ளது. இஞ்சிக்கு அடுத்த இடம் துளசிக்கு. ஹரிப்பிரியா என்ற பேரில் திருமாலின் மனைவியாக இந்தச் செடியை வைணவம் குறிப்பிடும். நுரையீரல், மூச்சுக்குழாய், மார்புச்சளி, விஷம், காய்ச்சல், கேவல் என பல நொடிகளுக்கு கைகண்ட மருந்தாகத் துளசி கொள்ளப்பட்டிருக்கிறது. சைவம் துளசியை ''சிவனார் வேம்பு'' என்றழைத்தது. அதன் குச்சி குஷ்டநோய் வராமல் தடுக்கும் என்று மெல்லப்படுவதுண்டு.

துளசிக்கு அடுத்து தும்பை. தும்பை இலைச்சாறு அஸ்திஜுரம் எனும் குளிநடுக்க நோய்க்கு மருந்து. பள்ளரினப் பெண் பாடும் ஒப்பாரிப் பாட்டில், துளசிக்கும் தும்பைக்கும் வித்தியாசம் தெரியாத வைத்தியன் தன் கணவனைக் கொன்றுவிட்டான் என்கிற குற்றச்சாட்டைடே வைத்திருக்கிறார். ஆயினும், செடி, மரம், புதர், கொடிகள் என்று தாவரவகைகளைத் தொகுத்துப் பார்த்தால், நாட்டுப்புறப் பகுதியில் வாழும் மக்கள் மிகச்சாதாரணமாக ஐம்பத்து நான்கு வகை மருத்துவ இலைகளை அன்றாட சமையலில் உணவுப் பொருளாகப் பயன்படுத்துகிறோம்.

கடுகு சங்க காலம் முதலே, பெண்கள் பயன்படுத்தி வந்த அருமருந்து. சூலுடையாள் மகவு ஈன்றதும் ஒளிர்கின்ற வெண் கடுகை, நெய்யுடன் கலந்து பூசிக்கொண்டாள் என்கிறது நற்றிணை. கடுகை அரைத்து அடிவயிற்றில் பூசினால் சுகப்பேறு என்பது சங்க காலத்தைய மருத்துவக் குறிப்பு. தமிழ் மருத்துவமே அரைத்துப் பூசும் தனமையைக் கொண்டது.

அவை, வேர், பட்டை, இலைகள், பூக்கள், காய்கள், கனிகள், கீரை என்று தாவரத்தின் அனைத்துப் பாகங்களில் இருந்தும் பெறப்பட்டன.

அன்றைய காலத்தில் உண்ணும் அரிசி வகைகளிலே நோய் உண்டாக்கும் ரகங்கள் இருந்தது பற்றி, "சீரகச் சம்பா சீக்குப்பிணி ஆகுமிண்டு; ஆத்தூருச் சம்பாவே அருமையா வச்செறக்கி" எனும் அகமுடையார் இனத்தவர்களின் பாட்டில் குறிப்பு கிடைக்கிறது. சோற்றுக்கு ஆகாத அரிசி என்று சீரக சம்பாவை விலக்குகிறது இப்பாட்டு.

நாடி பார்த்தல்

நாடிபார்த்தல் நாட்டுப்புற மருத்துவத்தின் மிக அடிப்படையான ஒன்று. அக்காலத்தைய பெண்கள் அதிகளவு இம்மருத்துவ முறையைத் தெரிந்து வைத்திருந்தனர். நாடி மருத்துவத்தின் அடிப்படையாக வாதம், பித்தம், சிலேட்டும நாடிகளை முறையே ஆள்காட்டி, நடுவிரல், மோதிர விரல்களின் நரம்புகளிலும், குருநாடி என்பது ஐந்து விரல்களின் நரம்புகளும் மணிக்கட்டில் இணையும் புறங்கைப் பகுதியிலும் சோதிக்கப்படும். வீணையின் ஒரே நரம்பில் வெவ்வேறு தொனி வெளிப்படுவதுபோல இவைகளில் ஒரே நரம்பின் வெவ்வேறு இடங்களில் மூன்று நாடிகளையும் அதன் துடிப்புகளையும் சோதிக்க முடியும்.

நாடிகளில் குருநாடியே உயிர்நாடி. பட்டுத்துணியை நோயாளியின் கையில் விரித்து, தான் எந்த இடத்தில் நாடியைச் சோதிக்கிறோம் என்பதை நோயாளிகளோ, பிறரோ தெரிந்துகொள்ளாது குடிநாடி பார்க்கும் பழக்கம் நாடி மருத்துவர்களிடம் இருந்தது. அன்றைய காலகட்டத்தில் நாடி மருத்துவ சோதனையை ரகசியமாகவே பலரும் விரும்னர். வழிவழி கற்போரைத் தவிர அரைகுறைக் கல்வி மருத்துவத்தைக் கெடுக்கும் என்று கருதினார்கள். நாடி பார்த்தலைத் தாது பார்த்தல் என்றே எல்லா இனத்தவரும் குறிப்பிட்டிருக்கிறார்கள். இதுபற்றி, "வைத்தியரு வந்திட்டாரு வலது கையைத் தாதுபாக்க, எடது கையைப் பட்டெடுத்து எடது கையில் தாதுபார்த்தான். தாதுகள் ஓடாம சலிப்புதட்டி உக்காந்தாரு" என்கிற பறையரினப் பெண்கள் பாடும் நாட்டுப்புற ஒப்பாரிப் பாடல் குறிப்பு தருகிறது.

மரணங்களுக்குப் பிறகு பாடப்படும் ஒப்பாரிப் பாடல்களில் ஒப்பாரிப் பாடல்களுக்குள்ளே வைத்தியர், வைத்தியன், பண்டிதன் எனத் தமிழ் மருத்துவர்களும், பிற்காலத்துப் பாடல்களில் 'டாக்குடரையா' என ஆண் மருத்துவர்கள் இடம்பெறுகிறார்கள். பிள்ளைப்பேறு பார்ப்பதில் வல்லவர்களான நாவிதர் இனத்தைச் சேர்ந்த முதிய பெண்களை மருத்துவச்சி என்றே குறிப்பிட்டுள்ளனர். "செஞ்சி வைத்தியரும், உங்களுக்குத் தீராது இன்னாரே.. மதுரை வைத்தியரும் உங்களுக்கு மரணமின்னு சொன்னாரே.." என்கிற ரீதியில் செல்கிறது நாயுடு

இனத்தவர் பாடும் ஒப்பாரிப் பாடல் ஒன்று. இதே பாட்டை கள்ளர் இனத்தவர்கள், தெஞ்சி வைத்தியரோ.. தெம்மருதை பண்டிதரோ... என மோனை நயத்தோடும் பாடுவதுண்டு.

நோய்க்காப்பு

தமிழ் நிலத்தின் தட்பவெட்பத்திற்கு ஏற்ப, அதன் எல்லா இடங்களிலும். எண்ணெய் தேய்த்து நீராடும் வழக்கம் இருந்து வருகிறது. உடற்சூடு நீங்க எண்ணெய் தேய்த்துக் குளித்தல் தாலாட்டுப் பாடல்கள் முழுக்க வருணிக்கப்படுகிறது. ஆசாரக்கோவை, உடலைப் பேணும் சுகாதார விதிகளில் உண்ணல், உடுத்தல் உறங்கல், நீராடலில், எண்ணெய்த் தேய்த்துக் குளித்தலையும் முன் வைக்கிறது. "வைத்தியனுக்குக் கொடுப்பதை வாணியனுக்குக் கொடு" என்பது இங்குள்ள பழமொழி. வாணியன் எண்ணெய்ச்செட்டி.

எண்ணெய் தேய்த்துக் குழித்தலில், தாய், பிள்ளை, தாய்மாமன் உறவுகள் நாட்டுப்புறப் பாடல்களில் தெறித்துவிழுகின்றன. அது தாலாட்டானும் சரி; ஒப்பாரிகளானாலும் சரி. கோனார் சமூகத்தவர்கள் பாடும் ஒப்பாரிப்பாட்டில், தாய் இறந்தபிறகு தன் வீட்டில், எண்ணெய் குளிர்ச்சி இல்லெ, ஏலக்கா வாசமில்லே என்னப்பெத்த ஈஸ்வரியா இல்லாம இருந்துவர நீதியிலே' என்ற வார்த்தைகள் இடம்பெறுவது பெண்கள் உடல் சூடு, குளிர்ச்சி குறித்து தன் குடும்பத்தவர்கள் மீது கொள்ளும் மருத்துவ அறிவும் அக்கறையையும் வெளிப்படுத்தும்.

பொதுவாகவே, இந்நிலத்தில் உடலுக்குச் சூடும் குளிர்ச்சியும் தரும் உணவுகளை மிகாமலும், குறையாமலும் உண்பதை உலகளவில் ஏற்பட்ட மருத்துவ ஒப்பாய்வுகளில் கணித்துக் குறிப்பிட்டிருக்கிறார்கள். இதே நம்பிக்கை மத்திய அமெரிக்காவிலும் இருப்பதை அந்த ஒப்பாய்வுகள் குறிப்பிடுகின்றன. மா, கரும்பு வெல்லம், எள் சூட்டைக் கிளப்புமென்றும், பால் தயிர் எண்ணெய் குளிர்ச்சியை ஊட்டும் என்றும் இவை இரண்டையும் சரிநிகரெனக் கொள்வது உடல்சூட்டைக் கெடுக்காது என்பது, ஆங்கில மருத்துவத்தில்,'The Hot-Cold Theory' என்று விளக்கப்படுகிறது.

அன்றைக்குக் காலத்தில் சில ஊர்கள் மருத்துவத்திற்குப் பேர்பெற்றதாக விளங்கியிருக்கின்றன. அதில் மதுரை முக்கியத்துவம் வாய்ந்த நகரமாக இருந்திருக்கிறது. "மருதை தலைவாசலிலே மருந்திடிக்கும் மாளிகையாம், மருந்தை இடிப்பேனோ அப்பா உங்க மாயோலை வாசிப்பனோ" என்று இடிமருந்து பற்றிய நாட்டுப்புறப் பாடல் மதுரை நகரின் வைத்திய மருந்தின் சேர்ப்புகளை விளக்குகிறது.

"சிறுமிளகும், சீரகமும் சீரு வருதும்பேன்
சீரிடும் தாயை சீமைக்கனுப்பியாச்சே
வால்மிளகும் சீரகமும் வரிசை வருதும்பேன்
வரிசையிடு தாயை வனத்துக்கனுப்பியாச்சே!" என்று மருந்திலா

கால அவகாசத்தில் தன் தாயை இழந்த வேளாள சமூகத்தவர், அந்த சிறுமிளகையும், சீரகத்தையும், வால்முளகையும் பார்க்கும்போதெல்லாம் தன் தாயை நினைத்துப் புலம்புகிறதாக ஓர் ஒப்பாரிப் பாடல் நாட்டுப்புறத்தில் இடம்பெற்றுள்ளது. இதே பாடலைத் தனக்குச் சீதனமாக கொடுத்த தாய் உயிரோடு இல்லாதது எண்ணி மகள் பாடுவதாகவும் இடம்பெற்றுள்ளது.

நாட்டுமருத்துவர்கள்

அன்றைக்குக் காலத்தில், மருத்துவ அறிவு பெற்று, மருத்துவ முறைகளை அறிந்தவர்களாக, பறையர், நாவிதர், கள்ளர் ஆகிய இனக்குழுவினர் விளங்கியதாகக் குறிப்புகள் உள்ளன. நாட்டுப்புறக் கலைகள் பின்தங்கிய இனத்தவர்களின் கைகளில் வளர்வதுபோல, நாட்டுப்புற மருத்துவமும் இவ்வினத்தவர்களிடையே வளர்கிறது என்று 1984ல் வெளியான நாட்டுப்புறப்பாடல்கள்– சமூக ஒப்பாய்வு நூல் குறிப்பிடுகிறது.

உள்ளூர் வைத்தியர்கள், அசலூர் வைத்தியர்கள் எனக் கள்ளர்களையும், பறையர்களையும், மதுரை வைத்தியர், செஞ்சி வைத்தியர் என நாயுடு, கள்ளர் இனத்தவரையும் நாட்டுப்புறப் பாடல்கள் குறிப்பிடுகின்றன. இவ்விரு ஊர்களும் நாட்டு மருத்துவத்தில் செழிப்புற்று விளங்கியதை, மதுரையைச் சுற்றியுள்ள அழகர்மலை, திருப்பரங்குன்றம், ஆனைமலை, நாகமலை, செஞ்சியின் மலைப்பகுதிகளில் கிடைக்கும் நாட்டு மருந்துகளைக் கொண்டும், கள்ளரும் பறையரும் அதன் பயனை அறிந்த தன்மையாலும் இந்நாட்டு மருந்துகளில் கவனம் செலுத்து மருத்துவத்தில் தேர்ச்சி பெற்றிருந்தனர். கேரளத்திலும், பழனியிலும் சித்தமருத்துவம் சிறப்புற்று விளங்க அங்குள்ள மலைகளும், அதில் விளையும் தாவரங்களுமே காரணமானது.

இவர்கள் தவிர, வண்ணார், கோனார், அகமுடையார், நாயுடு, பிள்ளை ஆகியோர் தேர்ச்சிபெற்றோரால் தயாரிக்கப்பட்டு கடைகளில் விற்கப்படும் மருந்துகள் குறித்த விவரங்களைப் பெற்றிருந்தனர் என்பதும், அம்மருந்துகளைக் குறித்துப் பாடும் அறிவைக் கொண்டிருந்தனர் என்பதும், நாட்டுப்புற மருத்துவம் உயிர்காக்கும் என்று நம்பியதும் இதே பாடல்களால் தெளிவாகிறது.

அதேவேளையில், செயற்கையான கருச்சிதைவும் இம்மருத்துவத்தில் செய்யப்பட்டுள்ளது. எள்ளையும் வெல்லத்தையும் இடித்து உண்பதாலும், தினையையும் வெல்லத்தையும் சேர்த்து உண்பதாலும், பப்பாளி, கரும்பு ஆகியவை கருத்தரித்த காலத்தில் எடுத்துக் கொண்டதாலும் கருச்சிதைவு ஏற்படுத்தப்பட்டது பாட்டுகளில் உள்ளது.

நாட்டுமருத்துவர்கள் மருந்து இடிக்கும் சிறு உரலுக்குப் பெயர் கலுவம். அதில் சிறு குழவிக்கல்லைக் கொண்டு நுணுக்கி நுணுக்கி,

வழுவழுப்பான பொடிகளையும், சூரணங்களையும் இடிப்பதுண்டு. இப்படி இடித்து உண்டாக்கும் மருந்துக்குப் பொடிமருந்து என்று பேர். ஆங்கில மருத்துவம் வந்தபிறகு, சுரத்தைக் கண்டறிய சுரமானி (தெர்மாமீட்டர்) வந்ததையும், மருந்தை உடம்பில் செலுத்த ஊசிகள் வந்ததையும், தோட்டக்கூலிக்குப் போன பறையர் பாடல்களில் காணமுடிகிறது.

"வடமருதை பேட்டையிலே வண்ண டிகிரி வச்சு,
வயசறிஞ்சு ஊசிபோட வாராத நோய்வு எண்டான்
வரிஞ்சு விட்டான் காயிதத்த.
சின்ன டிகிரி வச்சு சீக்கறிஞ்சு ஊசிபோட
தீராத நோய்வு எண்டு கொலகாரன் சீமைக்கு
திருப்பிவிட்டான் காயிதத்த"

இதேபோல, எக்ஸ்ரே தொழில்நுட்பத்தை, வண்ணார் பாடலில், "பங்குனி மாத்தையிலே படம்புடிச்சுப் பாக்கையிலே, படத்துக்கு அமையாதிண்டான் பாடைக்கு அமையுமிண்டான்" என்று மருத்துவர் சொன்னக் குறிப்பை வெளிப்படுத்துகிறார்கள்.

ஆங்கில மருத்துவம் ஆரம்பக்காலங்களில், மிகவும் பின்தங்கிய வகுப்பினரான வண்ணார், பள்ளர், பறையர் ஆகியோர் பாடல்களிலே புதுச்செய்திகளாக இடம்பெற்றிருந்தன. மற்றவர்கள் ஆங்கில மருத்துவத்தை நாடுவோராக இருந்தாலும், அவர்கள் அதைக் குறித்து வெளிப்படையாகப் பாடுவதற்கான சூழலைப் பெற்றிருக்கவில்லை. அதிலும் ஆங்கில மருத்துவம் பற்றிய பாடல்கள் அநேகமானவை அண்மைக்காலத்தைச் சேந்தவை. மதுரையில் அரசினர் மருத்துவமனை தோன்றிய பிறகே அப்பாடல்கள் எழுந்தன.

சித்தர்துவம்

சங்ககாலத்தில் மருத்துவம் செய்வதை அறமென்றே குறிப்பிடுகின்றனர். பிறர் நோயும் தந்நோய் போல் போற்றி அமைத்தல் சான்றோர் கடன் என்கிறது கலித்தொகை. சங்க காலத்தைய போர்களில் புண்பட்ட வீரர்களின் புண்களை ஊசி கொண்டு தைத்தது சிகிச்சை அளிக்கப்பட்டதை, மீன்றேர் கொட்பிற் எனத் துவங்கும் பத்துப்பாட்டு, மீன்கொத்திப் பறவை தண்ணீருக்குள் மூழ்கி தன் மூக்கின் நுனியில் மீனைக் கொண்டு வந்து தண்ணீர் விட்டு வெளியேறுவதுபோல மருத்துவனின் ஊசியால் தைக்கப்பட்ட வடு இருப்பதாகக் குறிப்பிடுகிறது.

கிமு.3ம் நூற்றாண்டில் சமணரும் பௌத்தரு செல்வாக்கு பெற்றிருந்த காலத்தில், துன்புற்றோருக்கு அடைக்கலம் அளித்து, அவர்களுக்கு மருத்துவம் செய்ததை கல்வெட்டுக் குறிப்புகளால் அறியமுடியும். சிலப்பதிகாரத்தில் 32 ஓமாலிகளைக் குறித்த செய்தி உள்ளது. பல்லவர்கள் மருத்துவக் கொடைகளை வழங்கினர். பாண்டிய அமைச்சர்களில்

மாறன் காரி, மாறன் எயினர் மருத்துவக் குடும்பத்தைச் சேர்ந்திருந்தனர். சோழர்கள் மருத்துவ கல்லூரி நடத்தினர், நாயன்மார்கள் நோய்தீர்த்தலும் சமூகத் தொண்டு என்கின்றனர். சித்தர்கள் மருத்துவம் குறித்த ஓர் புதிய சகாப்தத்தையே படைத்தனர். கல்லினால், மயிரினால், உமியினால், அடிக்கடி உண்பதால், அளவுக்குமேல் உண்பதால், அதிக தூரம் நடப்படால், மலத்தையும், சிறுநீரையும் அடக்குவதால், அழுகினதை உண்பதால், கெட்டதைத் தின்பதால், பகலில் உறங்குவதால், இரவில் விழித்திருந்தால், இலை, தழை விழுந்து மாசுபட்ட நீரைக் குடிப்பதால், மிகுதியாக உடலுறவு கொள்வதால், இரவில் வேண்டாதது உண்பதாலும், பகலில் வேண்டியதை உண்ணாததாலும் மனிதனுக்கு நோய் உண்டாகுமெனச் சிறப்புறச் சொன்னவர்கள் சித்தர்கள். அதானாலே, அவர்கள் இறந்தபின்னும் தெய்வ வடிவமாக்கப்பட்டனர். சிற்றிலக்கியங்களும் மருந்தின் பெயரால் தோன்றின.

1670ல் தஞ்சை மராட்டியர் வசப்பட்டபிறகு மேல்நாட்டு மருத்துவம் தமிழகத்துள் நுழைந்தது. சரபோஜி இந்திய மருந்தகம் ஒன்றும், மேல்நாட்டு மருந்தகம் ஒன்றும் திறந்து வைத்தார். அதன் நிர்வாகச் செலவுக்கு நிலங்களைக் கொடையளித்தார். தன் காலத்தைய மருத்துவர்களை ஒன்றுதிட்ரட்டி மனிதர்க்கும் விலங்குகளுக்குமான மருத்துவ நூல்களை வெளியிடச் செய்தார்.

தாதுப் பரிட்சை, வருங்கால தேசம், சரீர லட்சணம், வாகடம், குளிகை, பற்பம், செந்தூரம், லட்சணம், குணவாகடம், மூலிகை, தைலம், லேகியம், பக்குவர், நிர்ணயம் ஆகியவற்றோடு ஆதிப்பெரும் கேள்வி உடையவனே மருத்துவன் என்கிறது பழம்பாடல்.

◉

நூலாக்கத்தில் பங்களிப்பு செய்த புத்தகங்கள்.

அகநானூறு; களிற்றியானை நிரை - உ.வே.சா.நூல்நிலையம்
புறநானூறு - ஔவை சு.துரைசாமிப்பிள்ளை - 1951
அம்பேத்கர் வாழ்வும் தொண்டும் - எஸ்.பெருமாள்
அழகர் கோயில் கல்வெட்டுகள் - தி.ஸ்ரீ.ஸ்ரீதர்.
ஆராய்ச்சி இதழ்கள்
இந்திர காவியம் அல்லது நான்மறை விளக்கம் - சு.செல்லப்பா
இலக்கியமும் பண்பாட்டு மரபுகளும் - பா.ஆனந்தகுமார்
இஸ்லாம் - மௌலானா சையித் அபுல் அஃலா மௌதூதி
இசைக்கருவிகள் - பி.சைதன்ய தேவ
இந்திய ஓவியங்கள் - ஸுபா
இந்திய வரலாறு 1857-1947 தொகுதி IV - ந.க.மங்கள முருகேசன்
உயிரின் தோற்றம் - நா.வானமாமலை
உலக மொழிகளில் தமிழின் வேர்சொற்கள் - ம.சோ.விக்டர்
கதைப்பாடல்களில் கட்டபொம்மன் - வெ.மாணிக்கம்
கம்பலை முதல் - மு.ராஜேந்திரன், வெண்ணிலா
கலகக்காரர்களும் எதிர்க் கதையாடல்களும் - டி தருமராஜ்
கன்னியாகுமரி மாவட்ட தொல்லியல் கையேடு - 2008
கதைக்கருவூலம் - ஸி.எச்.தானி
காஞ்சிபுரம் மாவட்ட கல்வெட்டுகள் தொகுதிII
கால ஆராய்ச்சி - இராசமாணிக்கம்
காவ்யா இதழ்கள்
கிழக்கிந்தியக் கம்பெனி - நிக் ராபின்ஸ்
கி.ராஜநாராயணன் கட்டுரைகள்
குளச்சல்போர் - நகர்வு வெளியீட்டகம்
கொங்குநாடு - புலவர் குழந்தை
சம்பந்தர், நாவுக்கரசர், சுந்தரர் - சொ.சிங்காரவேலன்
சிந்துமுதல் கங்கை வரை - ராகுல சாங்கிருத்யாயன்
சீவலப்பேரி சுடலை - முத்தாலங்குறிச்சி காமராசு
சீர்திருத்தப் போலிகள் - ம.பொ.சிவஞானம்
செண்பகராமன் பள்ளு - மரியஜான் காலிங்கராயன்
சேரநாட்டில் தமிழ் வட்டெழுத்து - இரா.கிருஷ்ணமூர்த்தி
தமிழ் இலக்கிய வரலாறு - சி.சேதுராமன்

தமிழ் சினிமாவின் கதை - அறந்தை நாராயணன்,
தமிழ் பழமொழிகள் I,II & III தொகுதி - கி.வா.ஜ
தமிழக அகழாய்வுகள் - இராஜாக்கமங்கலம்200910
தமிழர் கூத்துக்கள் - ஜாண் ஆசீர்வாதம்
தமிழர் தாவரங்களும் பண்பாடும் - கு.வி.கிருஷ்ணமூர்த்தி
தமிழர் பண்பாடும் தத்துவமும் - நா.வானமாமலை
திருவள்ளூர் மாவட்ட தொல்லியல் கையேடு - 2011
திருக்குரான் -
திருநெல்வேலி மாவட்ட கல்வெட்டுகள் தொகுதி-I
துடியான சாமிகள் - நா.இராமச்சந்திரன்
தென்கிழக்கு ஆசியா 1800-1966 - இராம.வேலாயுதம்,
தொல் துறைமுகங்கள் - அன்றனி டெலி
நாட்டுப்புற இயல் ஆய்வு - சு.சக்திவேல்
நான் ஏன் இந்து அல்ல - காஞ்சா அய்லய்யா
நாலடியார் - வாசன்
பண்பாட்டு அசைவுகள் - தொ.பரமசிவன்
பழங்காலத் தமிழர் வாணிபம் - சீனி வேங்கடசாமி
பாணர் இனவரையியல் - பக்தவத்சல பாரதி
பாரதி நினைவுகள் - யதுகிரி அம்மாள்
பாரதியின் கடிதங்கள் - பத்மநாதன்
புது எழுத்து - 2011 இதழ்
பேர் சொல்லும் நெல்லைச் சீமை - அப்பணசாமி
மதராசப்பட்டினம் - நரசய்யா
மஹாபாரதம் - சுவாமி சித்பவானந்தா
மலையகத் தமிழர் வரலாறு - சாரல்நாடன்
வயல்காட்டு இசக்கி - அ.கா.பெருமாள்
வடிவெண்பா - ம.வடிவேலு
விவிலியம் -
பஞ்சமரபில் இசைமரபு - அங்கையற்கண்ணி
அல்குல் - தமிழ்நாடன்
ஆலயவழிபாட்டில் இசை - தென்னாப்பிரிக்கா அரங்கசாமிப்பிள்ளை
இருளர்கள் - சு.குணசேகரன்
கோவில் நிலம் சாதி - பொ.வேல்சாமி
சங்க இலக்கிய ஆய்வுகள் - பேரா.அ.சண்முகதாஸ்

சங்க இலக்கியத்தில் கலையும் கலைக்கோட்பாடும் - கு.வெ.பாலசுப்பிரமணியன்
குயவர் சமூகப் பழக்க வழக்கம் பொருளாதார நிலை இயல் V- 2006
சென்னை மாநகரக் கல்வெட்டுகள் - இரா.நாகசாமி - 1970
கொங்குநாட்டு வரலாறு - ம.ராமச்சந்திரன் செட்டியார் - 1954
கொங்கும் தமிழும் - இரா.கா.மாணிக்கம் - 2003
கொங்கு வட்டாரவழக்குச் சொல்லகராதி - இரவிக்குமார் - 2008
கோவை மாவட்டக் கல்வெட்டுகள் - தொல்லியல் துறை - 2006
விருதுநகர் மாவட்டக் கல்வெட்டுகள் - 2009
கிராம ஒப்பாரிகள் - மு.இராமலிங்கம் 1960 (கொழும்பு, விலை 1.ரூபா)
முத்தாரம் - மு.கருணாநிதி - 1954
நாட்டுப்புறப்பாடல்கள்: சமூக ஒப்பாய்வு - வி.சரசுவதி 1982 (விலை 14.50)
நாயக்க மாதேவி - 1955 (விலை.2.40 பைசா)
திருப்பதி கோயில் தட்டச்சுக் காகிதங்கள் - ஆண்டுக்குறிப்பு இல்லை.
கருவூர் அகழாய்வு - செம்மொழி மாநாடு நிதி - தமிழக அரசு 2011
ஆண்டிப்பட்டி அகழாய்வு - தமிழக தொல்லியல் துறை - 2005
தேரிருவேலி அகழாய்வு - தமிழக தொல்லியல் துறை - 2011
தாரண வருஷத்திய வெள்ளம்: திருநெல்வேலி முனிசாமி முதலியார் சிந்து-1906
பதினெண் சித்தர்கள் வயித்திய கண்ணாடி - முனுசாமி முதலியார் - 1908
சங்கு - ந.அதியமான் - 2005
திருக்காளத்தி புராணம் - பதிப்பாசிரியர் அ.நாராயணசாணார்.
சோழர் வரலாறு விஜயாலயன் மரபினர்-இராசமாணிக்கம்.1946
கிராம உத்தியோகஸ்தர் ரயத்துகள் சட்டம் - மெட்ராஸ் கவர்மெண்ட்-1960.
பழந்தமிழ் பெருமக்கள்- ச.சோமசுந்தர தேசிகர் 1928
பால வைத்திய போதினி (1895)- முனுசாமி முதலியார்
வைத்தியம்500- புலிப்பாணி மகாமுனிவர்- 1928
வைத்தியம்700- போகமுனிவர்- 1935
நமது கிராம வாழ்க்கை (1932)-வேங்கடரமணி KS
தௌலத் : பொருளாதார சீர்திருத்தம் (1947)-முகமது இப்ராஹீம்

Sapiens: A Brief History of Humankind-(2014) -Yuval Noah Harari | In search of the cradle of civilization : new light on ancient India (2011) - Georg Feuerstein, Subhash Kak, and David Frawley | The New Sociological Imagination (2006) -Steve Fuller | The causes of war and the spread of peace : but will war rebound?(2017) -Gat, Azar | After Eden: The Evolution of Human Domination (2006) -Kirkpatrick Sale | Earth-honoring faith : religious ethics in a new key (2013)- Rasmussen, Larry L | Inquiries into the Fundamental of Aesthetics (1974)-Stefan Morawski | Primitive Culture (2016)-Edward Burnett Tylor | The Tibetan Art of Healing: The Dalai Lama Speaks on the Art of Healing.(1997)-Ian A. Baker, Romio Shrestha. https://b-ok..org | https://archive.org | https://www.tamildigitallibrary.in/ |